अशी माणसे येती

डॉ. वसंत जोशी

मेहता पब्लिशिंग हाऊस

✆ +91 020-24476924 / 24460313 / Mob. No. 9545000513

Email : production@mehtapublishinghouse.com

Website : www.mehtapublishinghouse.com

ASHI MANASE YETI by Dr. VASANT JOSHI

अशी माणसे येती : डॉ. वसंत जोशी / व्यक्तिचित्रे

Email : author@mehtapublishinghouse.com

प्रकाशक : सुनील अनिल मेहता, मेहता पब्लिशिंग हाऊस, १९४१, सदाशिव पेठ, माडीवाले कॉलनी, पुणे ४११०३०.

मुद्रक : ट्रिनिटी ॲकॅडमी फॉर कॉर्पोरेट ट्रेनिंग लिमिटेड

मुखपृष्ठ व आतील चित्रे : सरदार जाधव

प्रथमावृत्ती : ऑगस्ट, २०१९

किंमत : ₹ १९०

P Book ISBN 9789353172411

E Book ISBN 9789353172428

E Books available on : amazonkindle Apple Books Google Play Books

अनुक्रमणिका

म. म. दत्तो वामन पोतदार

अखेरचे दिवस

म. म. दत्तो वामन पोतदार यांच्या सहवासाचा लाभ त्यांच्या आयुष्याच्या अखेरच्या, उतरणीच्या कालखंडात मला झाला. त्यांच्या ऐन वैभवाचा, कर्तृत्वाचा काळ पुणे-मुंबईत व्यतीत झाला; पण अखेरच्या दहा वर्षांतील त्यांचं वास्तव्य वाई येथे झालं. उर्वरित काळ शांत, निवांत आणि प्रदूषण विरहित ठिकाणी घालवण्याच्या त्यांच्या इच्छेनुसार त्यांनी वाईची निवड केली होती. वाई हे गाव असं आहे की, ते प्रदूषणमुक्त आहे आणि भविष्यात तेथे प्रदूषण होण्याची शक्यता नाही, असा विचार त्यामागे होता. ते येथे आले, तेव्हाच वार्धक्यानं त्यांच्यावर पूर्ण आक्रमण केलं होतं.

भावनिक गुंतवणूक नाही

पोतदारांचे वाईतील वास्तव्य त्यांच्या अखेरच्या काळात झाल्यामुळे नव्या पिढीला त्यांचा फारसा परिचय नव्हता; त्यामुळे गल्लीतील मुलांचा त्यांना उपद्रव व्हायचा आणि त्यांना त्या मुलांवर आरडाओरडा करावा लागायचा. प्रारंभीप्रारंभी त्यांच्या विषयीचा आदर आणि कुतूहल यामुळे काही माणसे त्यांना भेटावयास यायची; परंतु त्यांच्या गोष्टीवेल्हाळ स्वभावामुळे इतरांचं येणं हळूहळू कमी होत गेलं. पोतदार माणसांचे आणि वक्तृत्वाचे भोक्ते. सभोवती माणसे असावीत, त्यांच्याशी मनमुराद बोलावं यातच त्यांना मोठा आनंद! मी स्वतः शक्यतो रोज सायंकाळी त्यांच्याकडे जात असे; ते त्यांना एकाकी वाटू नये या भावनेनं आणि आपले दोन तास खर्ची पडणार आहेत याची जाणीव ठेवून! त्यांना आपल्याकडे माणसांनी यावंसं जरूर वाटे; परंतु कोणी यायचं बंद केलं तर त्याचीही त्यांना खंत वाटत नसे. एकदा ते म्हणाले, "मी माझ्या मनाला ही सवय लावून घेतली आहे; त्यामुळे दुःख होत नाही. मी माझा वेळ वाचनात, चिंतनात घालवतो. कोणात भावनेनं गुंतायचं नाही, हा माझा स्वभाव आहे." त्यांना भेटावयास वरचेवर येणाऱ्या वाईतील व्यक्ती म्हणजे डॉ. प्र.

शं. मराठे आणि श्री. बाबा पटवर्धन. डॉ. मराठे यांनी तर पोतदारांचं पालकत्व स्वीकारलेलं आणि बाबा पटवर्धनांनी त्यांना घर मिळवून देण्यापासून अखेरपर्यंत त्यांच्या अडी-अडचणींचा विचार केला. 'विश्वकोशा'त पुण्याच्या मुक्कामात त्यांच्या खनपटीला बसून श्री. म. श्री. दीक्षित यांनी 'टिळकांचे सांगाती' या पुस्तकातील अनेक व्यक्तिरेखा लिहून घेतल्या. त्याचं पुस्तक प्रसिद्ध करून त्यांनी एक महत्त्वाचं कार्य केलं. 'भाषा व साहित्य : संशोधन' या विषयावरील ग्रंथाचं संपादन मी महाराष्ट्र साहित्य परिषदेसाठी करीत असताना, त्यात काही संशोधकांचे अनुभव देण्याचं ठरवलं. त्याप्रमाणे मी रोजच पोतदारांकडे जात असल्याने त्यांना मी तशी विनंती केली आणि अनुभव लिहून घेण्यास सुरुवात केली; परंतु रोजच्या दोन तासांच्या बैठकीत कागदावर फारच थोडं उतरलं जायचं. असे २८ तास गेले आणि तेरा फुलस्केप पानांचा लेख तयार झाला. तो मी त्यांना वाचून दाखवल्यानंतर मजकुराचं शेवटचं वाक्य जिथं पूर्ण झालं होतं, तेथे त्यांनी 'द वा पो' अशी आपली स्वाक्षरी केली! त्यांचे हे अनुभव 'भाषा व साहित्य संशोधन खंड ३' मध्ये समाविष्ट केले आहेत.

पत्रसंग्रह : अभ्यासाचा विषय

याच काळात त्यांनी श्री. वेलणकर यांच्या शिवाजी महाराजांवरील संस्कृत भाषेतील नाटकाला तसेच डॉ. वा. रा. ढमढेरे यांनी अनुवादित केलेल्या (दुसरे) नानासाहेब पेशवे यांच्यावरील ग्रंथांना प्रस्तावना लिहिल्या. त्यांचा पत्रव्यवहार मात्र सतत चालू असे. पाठवलेल्या प्रत्येक पत्राची प्रत त्यांच्याजवळ असे आणि जावक वहीत त्याची नोंद असे. पोतदारांचा पत्रव्यवहार आणि त्यांचा पत्रसंग्रह हा एक अभ्यासाचा विषय आहे. अनेकविध घटना आणि व्यक्ती यावर त्यामुळे प्रकाश पडू शकेल. लग्न-मुंजीची आमंत्रणं, मग ती गावातील असोत वा परगावची, त्यांना पोतदारांकडून शुभेच्छापत्रं रवाना व्हायचीच.

पोतदारांकडे अनेक वृत्तपत्रं, नियतकालिकं येत. त्यांचं वाचन सुरू असे. परगावाहून आल्यानंतर साचलेला वृत्तपत्रांचा ढीगही त्यांना वाचण्यासाठी हवा असे. नियकालिकांचं वाचन करताना तांबड्या शाईनं त्यांच्या खुणा व दुरुस्त्या होत राहत. त्याचा उपयोग काय हा

प्रश्न वेगळा; पण त्यांचे स्वतःचे त्याखेरीज समाधान होत नसे. अशा दुरुस्त्यांचं एक पत्र त्यांनी 'ललित'चे श्री. केशवराव कोठावळे यांना पाठवलं होतं आणि त्यांनी ते प्रसिद्धही केलं होतं. त्यांच्याकडे अनेक नवे ग्रंथ भेटीदाखल किंवा अभिप्रायासाठी येत; तर कित्येक ग्रंथ ते स्वतः पैसे भरून, आवर्जून मागवून घेत. पुढेपुढे त्यांचं ग्रंथवाचन कमी होत गेलं; पण आपल्या संग्रहात असे ग्रंथ असावेत, ही इच्छा मात्र जबरदस्त होती.

विपुल ग्रंथसंग्रह

पोतदारांचा ग्रंथसंग्रह विपुल आणि सर्व प्रकारचा होता. घराची सर्व दालनं आणि माडी त्यानं व्यापली होती. पुण्याहून बांधून आणलेले पुस्तकांचे गठ्ठे तसेच धूळ खात पडून राहिले होते. मी त्यांना अनेक वेळा सांगितलं की, 'मी काही विद्यार्थी घेऊन येतो; गठ्ठे सोडवू आणि तुम्ही सांगाल त्या ठिकाणी पुस्तके व्यवस्थित लावू' परंतु 'ते काम मलाच केले पाहिजे' असा त्यांचा हेका असे. एके दिवशी त्यांनी मला अंगावर जुने कपडे घालून येण्यास सांगितलं. मधल्या दालनाच्या दाराचं कुलूप काढलं. त्यांच्याबरोबर मी आत गेलो आणि धुळीत बसून, समोर दिसणारे काही गठ्ठे सोडवून, पोतदारांना विचारून ठेवू लागलो. पोतदार खुशीत होते. तपकीर ओढण्याचं त्यांचं काम सुरू होतं. शेजारची भक्कम लोखंडी तिजोरी उघडून त्यातून त्यांनी झाकणाचा एक चांदीचा चपटा डबा काढला. त्यातून लवंगा आणि हिरवे वेलदोडे काढून माझ्या हातावर ठेवले. सुमारे तीन-चार तास ते काम व पोतदारांचे बोलणे सुरू होते. त्या दिवसानंतर मात्र काहीही काम न होता ते गठ्ठे तसेच पडून राहिले.

व्यवस्थेविषयी उदासीन

म. म. पोतदारांनी आयुष्यभर कणशः आणि क्षणशः ग्रंथ आणि अनेकविध वस्तूंचा संग्रह केला; परंतु त्याची व्यवस्था लावणं त्यांना शक्य झालं नाही; त्यामुळे बऱ्याच गोष्टींची नासधूस, वाताहत झाली. 'आनंदीधाम'च्या परसात बांधलेल्या खोक्यांच्या खोलीत वारा, पाणी लागून दुर्मिळ ग्रंथ आणि नियतकालिकांची हानी झाली. त्यातच त्यांनी प्रारंभी ठेवलेल्या एक सेवकानं त्यांचा हा संग्रह हलका करण्यात

मदत केली. हा गृहस्थ गावभर भटकत असे. कामाच्या वेळी सापडेलच असं नाही. पोतदारांनी जमवलेली मासिकं, वृत्तपत्रं गाठोड्यात बांधून रद्दी म्हणून तो विकू लागला. त्यावर पोतदारांच्या सह्या असल्यामुळे त्याची ही चोरी माझ्या लक्षात आली. पोतदारांना जेव्हा मी त्याची कल्पना दिली, तेव्हा त्यांच्या स्वभावाप्रमाणे 'असं घडणंच शक्य नाही' अशी भूमिका त्यांनी घेतली; परंतु त्यांना मुद्देमालासह प्रत्यंतर दिल्यानंतर ते हताश झाले आणि अगतिकपणे म्हणाले, "वसंतराव, सेवक कुठे मिळतात? आता दुसरा मिळवायचा कसा?" तेव्हा श्री. अप्पा केंजळकर नावाच्या एका वयस्कर, सभ्य व गरजू गृहस्थांना मी त्यांच्याकडे आणलं. पुढे तेच अखेरपर्यंत राहिले. पोतदारांच्या मृत्यूनंतर ठीक दहा वर्षांनी, त्याच महिन्यात त्यांचंही निधन झालं. पोतदारांच्या स्वभावाप्रमाणे ते अप्पांवर रागावत, खेकसत; पण अप्पा शांतपणे आपलं काम करीत राहत. पोतदारांना हवे असणारे पदार्थ तयार करून वाढत. पुढेपुढे पोतदारांनीही त्यांच्या सुख-दुःखात लक्ष घातलं.

पुरणपोळीची विशेष आवड

पोतदार अविवाहित व एकाकी राहिल्यामुळे त्यांचे खाण्या-पिण्याचे बरेच हाल झाले. अखेरच्या काळात ते नाचणीची भाकरी, ताक इत्यादी घेत. अमूल पावडरचे डबे आणवून घेत. त्याचे दूध बनवून त्यांनी मला एकदा पिण्यास दिलं होतं. प्रोटिनयुक्त बिस्किटं त्यांना आवडत. काही वेळा ते स्वतः चहा बनवत. स्वयंपाकघरातील टेबलाशी बसून, इतरांना सोबत घेऊन, चहा, बिस्किटे, केळी खाण्यात त्यांना आनंद वाटे. रोजच्या जेवणात हिरवा पदार्थ असला पाहिजे, असा त्यांचा आग्रह असे; त्यामुळे माझ्या घरून वरचेवर हिरव्या मिरच्यांची चटणी ते मागवून घेत. पुरणपोळी हा त्यांचा आवडीचा पदार्थ होता. एकदा त्यांना चकली खाण्याची इच्छा झाली. मला ते म्हणाले, "वसंतराव, चकल्या खाण्याची इच्छा झाली आहे. करून आणून द्याल काय?" मी म्हटलं, 'अवश्य', यावर प्रेमळपणे माझ्यावर खेकसून ते म्हणाले, 'अवश्य म्हणजे त्या तुम्ही करणार आहात काय? तुमच्या मंडळींना विचारून सांगा.' त्याप्रमाणे चकलीचा डबा त्यांच्याकडे पाठवून दिला. लगेच त्यांनी एक पत्र आणि पाच रुपयांची

एक नोट पाठवली होती. पत्रात लिहिलं होतं, चकल्यांच्या खर्चासाठी पैसे पाठवले आहेत. ते स्वीकारावेत अन्यथा मला चकल्या परत पाठवाव्या लागतील; त्यामुळे पैसे मुकाट्याने स्वीकारावे लागले. न्या. तात्यासाहेब आठल्ये यांचा आणि पोतदारांचा मोठा घरोबा होता. एकदा न्या. तात्यासाहेब त्यांना भेटण्यासाठी वाईला आले. येताना त्यांनी वेगवेगळ्या फळांची एक मोठी करंडी आणली होती. त्यांच्याकडे मी गेलो की, पोतदारांनी मला रोज फळे काढून, चिरून द्यावयास सांगायचे आणि आम्ही उभयतांनी त्याचा आस्वाद घ्यावयाचा, असं त्या करंडीतील फळं संपेपर्यंत चाललं होतं.

वाईमध्ये आल्यानंतर प्रारंभीच्या काळात प्रकृती चांगली होती, तोपर्यंत त्यांचा शीर्षासनाचाही व्यायाम चालायचा. अभ्यागत म्हणून येणाऱ्या डॉ. स. गं. मालशे, सुभाष भेंडे, कर्नल दीक्षित, गं. ह. खरे यांसारख्या अनेक व्यक्ती त्यांना भेटत. त्यांच्याशी चर्चा करीत. 'सकाळ'चे संस्थापक-संपादक डॉ. नानासाहेब परुळेकर सहकुटुंब त्यांना भेटून जात; ते त्यांचे विद्यार्थीच होते. श्री. जयंतराव टिळक, न्या. वैजनाथ आठल्ये, नरहर कुरुंदकर, श्री. के. क्षीरसागर, म. श्री. दीक्षित, नगरचे श्री. सुरेश जोशी, नांदेडचे संशोधक वि. अं. कानोले यांसारखी त्यांच्या घरोब्याची माणसं त्यांना आवर्जून भेटून जात. काहींचा मुक्कामही त्यांच्याकडे असे. शिवाय त्यांच्या बंधूंचे कुटुंबीय, शि. प्र. मंडळी, म. रा. सभा, म. सा. परिषद, भा. इ. सं. मंडळ, टिळक विद्यापीठ आदी अनेक संस्थांतील पदाधिकारी कारणपरत्वे त्यांना भेटून जात. व्याख्यानाची आमंत्रणे देण्यासाठी, ग्रंथांना पुरस्कार–प्रस्तावना मागण्यासाठी अनेकजण त्यांच्याकडे येत. महाबळेश्वरला जाता-येताना पोतदारांचं वाईतील वास्तव्य लक्षात घेऊन, काही लोक मुद्दाम थांबून भेटून जात.

फिरण्यात आनंद

ज्या कारणासाठी वाई हे गाव पोतदारांनी निवडलं, ते लेखनकार्य त्यांच्याकडून फारसं होऊ शकलं नाही. त्यांचं वास्तव्य ते सक्षम होते त्या काळात बरेचदा पुण्यात आणि प्रवासात असे. व्याख्यानं, सभा, संमेलने यांसाठी सतत फिरत राहण्यात त्यांना मोठा आनंद असे.

काही संस्थांमध्ये ते साधे सभासद असत, तरीही वार्षिक किंवा अन्य सभांना ते उपस्थित राहत. नव्या पिढीला त्यांची उपस्थिती काहीशी अडचणीची होई. काही वेळा त्यांची उपेक्षाही होई. कविवर्य रवींद्रनाथ टागोर यांच्या 'शांतिनिकेतन' या संस्थेच्या नियामक मंडळावर ते होते आणि श्रीमती इंदिरा गांधी अध्यक्षा होत्या. या संस्थेच्या एका सभेचं आमंत्रण येताच पोतदारांनी जाण्याची तयारी केली. वयोमानामुळे दुबळेपणा आलेला, काही वेळा अतिसाराचा त्रास; परंतु इच्छाशक्ती जबरदस्त. अनेक प्रकारांनी न जाणं योग्य हे समजावल्यानंतर त्यांनी आपलं जाणं रद्द केलं. अशाच अवस्थेत त्यांनी कराडच्या संमेलनास जाण्याची सिद्धता ठेवली होती. पुण्याच्या साहित्य संमेलनास तर ते उपस्थित राहिलेच; परंतु उठणं-बसणं, हिंडणं-फिरणं याबाबतीत ते अगदी गलितगात्र झाले होते.

प्रवासही वैशिष्ट्यपूर्ण

त्यांचा प्रवासही वैशिष्ट्यपूर्ण. एसटीनं जाताना कोणी विचारल्यास दाखवता यावं म्हणून रिझर्वेशनचं तिकीट त्यांच्या कोटाच्या पुढच्या कॉलरजवळ लावलेलं असे. आतल्या खिशात सर्व प्रकारची सुटी नाणी असत. शेजारी किंवा आजूबाजूस कोणीही असलं तरी त्यांच्या गप्पा सुरू असायच्या. प्रवासात काही वेळा वृत्तपत्रांचं वाचन, तर काही वेळा थोडीशी डुलकी व्हायची. रात्री-अपरात्री कोणी न्यावयास आलं नाही तर प्रसंगी चालत जाण्याची तयारी! सांगली येथील गरवारे कन्या महाविद्यालयाच्या गुरू पौर्णिमेच्या कार्यक्रमासाठी त्यांच्यासोबत जाण्याचा एकदा योग आला. तेथे गेल्यानंतर त्यांनी आयत्यावेळी सांगली महाविद्यालयाचा कार्यक्रमही स्वीकारला. दोन्हीकडे चांगली भाषणे केली. लोकांशी मोकळेपणाने वार्तालाप झाले. येताना आणि जाताना टॅक्सीमध्ये ते अगदी मजेत होते. पावसाळी हवेतील गारव्यामुळे होणारी आमची गडबड पाहून गमतीनं हसत होते!

तपशिलावर अधिक भर

वाईमध्ये आल्यानंतर त्यांची जाहीर अशी दोन-तीनच व्याख्यानं झाली. वाईतील त्यांच्या आगमनाप्रीत्यर्थ प्राज्ञपाठशाळेतर्फे त्यांचं एक व्याख्यान आयोजित करून तर्कतीर्थ श्री. लक्ष्मणशास्त्री जोशी यांनी

त्यांचा सत्कार केला. त्यावेळच्या त्यांच्या व्याख्यानाचा विषय होता– 'शिवाजी महाराजांचा आग्रा ते राजगड प्रवास.' त्यांना मिळालेल्या एका दुर्मिळ साधनाच्या आधारे त्यांनी रामदासी संप्रदायातील मंडळींनी त्यांच्या ठिकठिकाणच्या केंद्रातून मदत करून महाराजांना राजगडावर सुखरूप पोहोचविले, असे प्रतिपादन केले होते. इतिहास संशोधकाच्या ठिकाणी आवश्यक असणारी तर्कशक्ती आणि प्रतिभा त्यांच्याजवळ जरूर होती; परंतु बऱ्याच वेळा त्यांचा तपशिलावर अधिक भर असे; त्यामुळे नव्या पिढीला त्यांच्या भाषणात काही वेळा रस वाटत नसे. आमच्या किसन वीर महाविद्यालयात आम्ही 'बखर वाङ्मय' या विषयावर त्यांचं एक व्याख्यान आयोजित केलं होतं. त्यासाठी त्यांनी काही मुद्द्यांचं टिपण आम्हाला दिलं. ते चक्रमुद्रित करून आम्ही विद्यार्थ्यांना दिलं; परंतु प्रत्यक्ष व्याख्यानाच्या वेळी मात्र काही मोडी अक्षरांची लपेट आणि त्यांचं वाचन कसं करावं, याचं विवेचन ते फळ्यावर खडूनं लिहून करू लागले. बराच वेळ वर्गाकडे पाठमोरं राहून त्यांचं विवेचन सुरू होतं; त्यामुळे ते कंटाळवाणं झालं. व्याख्यानातून ऐतिहासिक प्रसंग आणि व्यक्ती यांवर काही प्रकाश पडेल, अशी अपेक्षा मात्र पूर्ण झाली नाही.

नवरे प्रक्षुब्ध झाले

वाईत पोतदारांचं वास्तव्य सुमारे दहा वर्षांचं झालं. दरम्यान, बऱ्याच वेळा त्यांचा मुक्काम पुण्यात महाराष्ट्र राष्ट्रभाषा सभेत, मुंबईस श्री. बापूराव नाईक किंवा न्या. तात्यासाहेब आठल्ये यांच्याकडे असे. या कालखंडात त्यांच्याकडून थोडेफार स्फुट स्वरूपाचे लेखन झाले! न. चिं. केळकर, ल. रा. पांगारकर, महर्षी शिंदे यांच्या जन्मशताब्दीच्या निमित्तानं 'महाराष्ट्र साहित्य पत्रिका' आणि अन्यत्र त्यांचं हे लेखन प्रसिद्ध झालं. पांगारकरांवरील लेखात म. म. पोतदारांनी, पांगारकरांनी आपल्या सत्कारप्रसंगी थैली अर्पण करावी, असे प्रयत्न केल्याचा उल्लेख केल्यानं श्री. श्री. शं. नवरे प्रक्षुब्ध झाले होते. त्या टीकेनं म. म. पोतदार व्यथित झाले. ते मला म्हणाले, 'रोज सकाळी उठताच मी ज्या थोर पुरुषांचं चिंतन करतो, त्यात पांगारकर अग्रस्थानी असतात. त्या सत्पुरुषाची अवहेलना माझ्याकडून कशी होईल?' पुढे

मी स्वतः पांगारकरांची काही पत्रं 'नवभारत' मासिकात प्रसिद्ध केली. त्याद्वारे पोतदारांच्या म्हणण्याला पुष्टीच मिळाली. या काळात स्नान करून, कपाळभर आडवं गंध लावून, प्रसन्न चेहऱ्यानं ते वावरत; परंतु पुढेपुढे गात्रं शिथिल होत गेली. वार्धक्य जाणवू लागलं. चेहऱ्यावर आणि पायांवर बरीच सूज आली. उठणं-फिरणं अवघड झालं.

मृत्यूपर्वाचा आरंभ

त्यांची ही अवस्था वाढू लागली आणि त्यांना मृत्यूची चाहूल लागली. याविषयी दि. ३ ऑक्टोबर, १९७८ या दिवसाची नोंद माझ्या रोजनिशीत मी पुढीलप्रमाणे केलेली आहे– (ही नोंद त्यांच्या मृत्यूपूर्वी ठीक एक वर्ष आधीची आहे, हे लक्षात घेण्यासारखं आहे.) म. म. पोतदार यांची काल व आज भेट घेतली. मुंबई मराठी साहित्य संघाच्या स्मरणिकेसाठी त्यांचा संदेश लिहून घेतला. ती. स्व. दादांची प्रकृती खूपच खालावली आहे. पायांवर खूप सूज आहे. उठावे वाटले तरी दहा-पंधरा मिनिटे तसाच बसून राहतो, असे म्हणाले. बोलणे व स्मरण मात्र चांगले आहे. मात्र, त्यांच्या बोलण्यात खूप हळवेपणा जाणवू लागला आहे. ते म्हणाले, "वसंतराव, तुम्ही येता त्यामुळे मनाला खूप बरं वाटतं. साहित्याची आणि संशोधनाची जाण व आवड तुम्हाला असल्यामुळे वाईत मी तुमची प्रतीक्षा करीत असतो. सध्या 'मृत्यूपर्व' सुरू झालं आहे. माझ्या बरोबरीचे, माझ्याहून लहान असे अनेक मित्र निधन पावले. नुकतेच बाबूराव जगताप गेले. खुपेरकरशास्त्री गेले. मी या साऱ्यांची नोंद करून ठेवतो आहे. उद्या मी वाईत येथे मेलो, तर कुणाला कळेल? एक तुम्ही किंवा डॉ. मराठे. म्हातारपण किती वाईट असतं याचा अनुभव मी घेतो आहे. सेवानिवृत्तीनंतर पेन्शन येत असतानाही मुलांनी आणि सुनांनी दुर्लक्ष केलेल्यांची किती उदाहरणं मी तुम्हाला सांगू? दामूअण्णा गेले. वहिनी गेली. पुतणीचं अजून लग्न नाही. माझ्या जीवनाला शिस्त अशी कधीच नव्हती; त्यामुळे सारंच अव्यवस्थित झालं. संस्थांचा संसार उभा केला; परंतु वैयक्तिक जीवन दिशाहीन राहिलं..."

मराठीतील राष्ट्रीय कवितेविषयी त्यांच्याशी चर्चा केली. स्वातंत्र्य चळवळीत इतिहास लिहिण्याच्या कमिटीत ते होते. आपल्या पद्धतीप्रमाणे

महाराष्ट्रातील मेळ्यांतील पदांची पुस्तकं त्यांनी जमवली होती; परंतु सध्या ती सर्व दिल्लीच्या 'इंडियन आर्काइव्हज'मध्ये असल्याचं त्यांनी सांगितलं.

मृत्यूवर विजय मिळविण्याची उमेद

एका बाजूला मृत्यूला सामोरं जाण्याची मनाची तयारी करीत असतानाच त्याच्यावर विजय मिळविण्याची उमेदही ते बाळगत होते; परंतु शेवटी अटळ ते सर्वांनाच स्वीकारावे लागते. दिनांक ५ ऑक्टोबर, १९७९ रोजी त्यांची प्रकृती नाजूक झाल्याने त्यांना पुण्यास हलविण्याचे ठरले. दाराशी आणलेल्या मोटारीत चालत जाऊन बसण्याचंही त्राण अंगी नसल्यामुळे त्यांना सतरंजीवरून उचलून गाडीत बसवावं लागलं. दि. ६ ऑक्टोबरला म्हणजे दुसऱ्याच दिवशी रात्री पुण्यात त्यांचं देहावसान झालं. त्यानंतर पोतदार वाईस पुन्हा कधीही येणार नव्हते– शेवटी कृष्णेत विसर्जनासाठी आल्या त्या त्यांच्या अस्थी!

एकोणनव्वद वर्षांचा हा चालताबोलता ज्ञानकोश अखेर मिटला. त्याची पानं उघडून वाचणाऱ्यांना निश्चितच काही सदैव मिळत राहील.

◆

प्रा. ना. सी. फडके

प्रा. ना. सी. फडके यांच्या सहवासात

"जोशी, तुम्ही ना. सी. फडके यांच्याकडे लेखनिकाचं काम कराल का?" असा प्रश्न माझे मित्र श्री. मनोहर कुलकर्णी यांनी मला विचारला, त्यावेळी मी चकितच झालो, मनातून आनंदही झाला.

ना. सी. फडके यांचं साहित्य मी खूप आवडीनं वाचलं होतं. त्यांचं व्याख्यानही ऐकलं होतं. त्यांनी लिहिलेलं 'जानकी' हे नाटक त्यावेळी 'पॅलेस थिएटर'मध्ये झालं; त्यात कमलाबाई फडके यांनी नायिकेचं काम केलं होतं, तेही मी नुकतंच पाहिलं होतं. मी राजाराम कॉलेजात प्रवेश घेतला, त्यापूर्वीच प्रा. फडके सेवानिवृत्त झाले होते; त्यामुळे त्यांचा विद्यार्थी होण्याचं, त्यांच्या अध्ययनाचा लाभ घेण्याचं भाग्य मला मिळालं नाही...

...पण त्यांच्या सहवासात उजळून येण्याची संधी अचानक माझ्यापुढे आली होती. माझे मित्र श्री. मनोहर कुलकर्णी यापूर्वी त्यांच्याकडे लेखनिक (रायटर) म्हणून काम करीत असत; पण या वर्षी त्यांना ते काम करणं शक्य नव्हतं, म्हणून त्यांनी त्याविषयी मला विचारलं होतं आणि स्वाभाविकच मी त्यांना चटदिशी होकार देऊन टाकला.

त्याप्रमाणे मी आणि श्री. कुलकर्णी दि. १५ ऑगस्ट, १९५० च्या सकाळी प्रा. फडके यांना भेटण्यासाठी गेलो. त्यावेळी ते रविवार पेठेतील जैन गल्लीत एका तीनमजली घरात राहत होते. तळमजल्यावर गाय-वासराचं दर्शन झालं. दोन जिने चढून आम्ही तिसऱ्या मजल्यावर गेलो. मनावर एक प्रकारचं दडपण आलं होतं. साशंक भीती वाटत होती. या थोर साहित्यिकाशी काय आणि कसं बोलावं या संभ्रमात मी होतो, तरीही मनाचा निश्चय करण्याचा प्रयत्न करीत होतो.

तिसऱ्या मजल्यावरील प्रा. फडके यांच्या बैठकीच्या खोलीत आम्ही गेलो, त्या वेळी ते काही मजकूर टंकलिखित करीत होते. ते खुर्चीवर मांडी घालून बसले होते. समोर टेबलावर टाइपरायटर

होता. त्यांचे भव्य कपाळ, तरतरीत व प्रसन्न मुद्रा पाहून मी प्रभावित झालो.

आम्ही वर जाताच सस्मित मुद्रेनं त्यांनी आम्हा दोघांकडे पाहिलं. मी त्यांना नमस्कार केला.

सुरुवातीलाच प्रश्न विचारून त्यांनी बोलण्यास सुरुवात केली. "हेच ते जोशी का?" आप्पासाहेबांनी माझे मित्र श्री. कुलकर्णी यांना विचारले. 'हो' कुलकर्णी म्हणाले. त्यांनी माझ्याविषयी त्यांना आधीच कल्पना दिल्याचं दिसलं.

"मग काय जोशी?" आप्पासाहेब म्हणाले, "केव्हापासून येणार लिहायला?"

"आपण सांगाल तेव्हापासून मी येत जाईन," मी म्हटलं.

"ठीक आहे. तर मग उद्या सकाळी नऊ वाजता या आणि हे पाहा, मी तुम्हाला महिन्याला तीस रुपये देत जाईन. गैरहजर राहिलात तर खाडा धरीन, चालेल ना?"

सारा व्यवहार स्पष्ट आणि रोखठोक होता. द्रव्यार्जन हा काही माझा हेतू नव्हता. प्रा. फडके यांचा सहवास लाभणं, त्यांच्या लेखनप्रक्रियेत सहभागी होण्याचा अनुभव घेणं हे माझ्या दृष्टीनं महत्त्वाचं होतं. मी त्यांना म्हटलं,

"आपल्याकडे लेखन करायला मिळणं, एवढाच माझा हेतू आहे. त्याच्या मोबदल्याचा विचार माझ्या मनात नाही. आपण सांगाल ते मला मान्य आहे."

"जोशी, माझ्याशी जरा मोठ्यानं बोलत चला हं, अर्थात मी मजकूर तुम्हाला मोठ्यानंच सांगेन; पण माझ्यासाठी तुम्हाला मोठ्यानं बोलायला पाहिजे."

"बरं आहे, मग उद्या सकाळी या," ते म्हणाले. त्यांना नमस्कार करून आम्ही परतलो. सुरुवात तर अशी झाली होती. मी थोडा बिचकलोच होतो. तथापि, या थोर साहित्यिकाचा सहवास आपल्याला लाभणार याचा मनात आनंदही झाला होता.

आणि दुसऱ्या दिवसापासून मी त्यांच्याकडे जाऊ लागलो. सकाळी नऊ ते दहा-साडेदहा आणि सायंकाळी साडेपाच ते साडेसात अशी वेळ ठरली. मलाही कॉलेजला जाण्यात आणि अभ्यासात व्यत्यय

येणार नाही, याकडे आप्पासाहेबांनी विशेष लक्ष पुरवलं.

मी जाताच आप्पासाहेब मोठ्यानं हाक मारून सांगत, 'अगं कमल, जोशी आले आहेत.' ते 'कमल'मधील 'क'चा उच्चार जोर देऊन किंचित 'ख' वाटावा असा करीत. थोड्याच वेळात आम्हा दोघांसाठी दोन मोठे चहाचे कप आणि काही खाण्याचा पदार्थ येई. लेखन करताना चहा आला, तर मध्ये थोडा वेळ थांबत. शेजारच्या खोलीत सतरंजीवर पानाचा डबा उघडला जाई. कमलाबाई आणि आप्पासाहेब नजाकतीनं पानाचा विडा बनवत. तो रंगला की, पुढचं लेखन सुरू होई. लेखनासाठी मोठं टेबल होतं; त्यावर शुभ्र आणि चांगल्या प्रतीचे कागद आणि लेखनसाहित्य ठेवलेलं असे. मी खुर्चीवर बसताच आप्पासाहेबांचा रोजचा पहिला प्रश्न असायचा, 'काय जोशी, बिंदू चौक काय म्हणतो?' त्यांचा रोख गावातील घडामोडींकडे असे. त्यावर थोडी फार चर्चा झाल्यानंतर आम्ही लेखनाकडे वळत असू.

लेखनाचा मजकूर सांगत असताना त्यांचा दाढी करण्याचा कार्यक्रम सुरू होई. तो पाहण्यासारखा होता. दररोज सकाळी नवाच्या सुमारास ते दाढी करताना दिसत. ती जवळजवळ अर्धा-पाऊण तास चालत असे. काचेच्या ग्लासात ब्लेड घासून ते स्वच्छ करायचं, भरपूर साबण लावून फेस आणायचा, खूप चोळायचं; खोलीच्या मध्यावर असलेल्या खांबावरील आरशासमोर उभं राहून हळूहळू दाढी करायला सुरुवात करायची. कदाचित दाढी करताना त्यांना खूप कल्पना सुचत असाव्यात. कुठे व्याख्यानाला जायचं असलं तर त्याआधी ते दाढी करून घेत. 'गाडी आली की, दाढी करायला बसायचं' हा त्यांचा सल्ला होता. ही त्यांच्या बाबतीतील गोष्ट श्रीमती इंदिराबाई संतांनी त्यांच्या एका बेळगावमधील भेटीत मला सांगितली होती.

मजकूर सांगताना ते एकाच ठिकाणी बसून सांगतील असंही नव्हतं, त्या वेळी ते इकडून-तिकडे फेऱ्या घालत. काही वस्तू उचलून इकडून-तिकडे ठेवत. हळूच पानाचा डबा पुढं ओढत, विडा बनवून खात आणि नंतर त्यांची आवडती 'गोल्डफ्लेक' सिगारेट पेटवून धूम्रवलय काढू लागत. मध्येच कुणी आलं, तर त्याच्याशी चार शब्द बोलत. खाली जाऊन येत, छोट्या बेबीशी खेळत; पण त्यामुळे कथानकाचं सूत्र काही तुटत नसे. शेवटच्या वाक्यातील अगदी शेवटचा

शब्दही त्यांच्या लक्षात असे; त्यामुळे मला लिहिलेला मजकूर पुन्हा वाचून दाखवावा लागत नसे. त्यांची टापटीप आणि व्यवस्थितपणा हे गुण घेण्यासारखे होते. आज कुणाला पत्रं पाठवायची याची ते नोंद करून ठेवत. पाकिटावरील पत्ते सुडौल हस्ताक्षरात लिहिलेले असत. पत्रं आली म्हणजे त्यावरील लिफाफे आणि अनावश्यक मजकुराचे कागद टोपलीतच जायचे. दररोज संध्याकाळपर्यंत त्यांची केराची टोपली कागदांनी आणि कपट्यांनी भरून गेलेली असे. दुपारचं टपाल पाहायचं, त्याला उत्तरं लिहायची आणि संध्याकाळी शेवटच्या डाकेनं ती पाठवावयाची हा त्यांचा ठरावीक कार्यक्रम असे.

स्वतः आप्पासाहेबांचं अक्षर नेटकं आणि वळणदार होतं. त्यामानानं माझ्या लेखनात सुधारणेला बराच वाव होता. 'उजाडलं पण सूर्य कुठे आहे?' या त्यांच्या कादंबरीच्या नायिकेचं नाव 'उषा' असं होतं. त्याबद्दल सूचना करताना आप्पासाहेब मला म्हणाले, "जोशी, प्रत्येक अक्षराला काही वळण, काही ढब असते. उषा या शब्दातील 'ष' या अक्षरात या अक्षराची रेघ काचाला पूर्ण टेकली पाहिजे आणि 'ष'मधील तिरपी रेष दोन्ही कोपऱ्यांना नीट भिडली पाहिजे." असं सांगून 'ष', 'ह' आणि 'क' ही अक्षरे त्यांची वळणं समजावीत म्हणून त्यांनी लिहून दाखवली. त्यांच्या या लेखनाच्या कटाक्षामुळे माझं अक्षर त्यांना कसं आवडतं याचं मला आश्चर्य वाटे. शेवटी न राहून एके दिवशी मी त्यांना तसं विचारलंही. त्यावर ते म्हणाले, "जोशी, तुमच्या लिहिण्याच्या वेगावर - स्पीडवर मी फार खूश आहे. माझ्या चौपट वेगाने तुम्ही लिहिता; त्यामुळे माझा बराचसा मजकूर लवकर लिहून होतो." प्रारंभी त्यांनी मला एकदा सांगितलं, "हे पाहा, या एका कागदाला एक पैसा पडतो, तेव्हा त्यावर आपल्याला जास्तीतजास्त मजकूर लिहिता आला पाहिजे." कागदावरील परिच्छेदांचा प्रारंभ नीट रेषेत एकाखाली एक यावा यावर त्यांचा कटाक्ष असे.

त्यांची कथनपद्धती (डिक्टेटिंग स्टाइल) वैशिष्ट्यपूर्ण होती. आपण जसं बोलतो तसं ते सांगत. तसंच लिहायचं असे. मजकुरात काही जागा ठेवून पुढे लिहायचं असलं की, ते सूचना देत, 'तीन टिंब रनिंग...' मजकूर सांगत असताना ऱ्हस्व, दीर्घ, चिन्ह, परिच्छेद बदलणं यांची कल्पनाही ते कथनाच्या ओघात देत असत. एखादे

वेळी एखादं वाक्य ते विशेष जोर देऊन सांगत. डिक्टेशन चालू असताना मला कंटाळवाणं असं कधीच वाटलं नाही. मग ती कथा असो, कादंबरी असो, टीकालेखन असो किंवा क्रीडावृत्त असो. त्यांच्या कथनप्रवाहात मी भराभरा लिहीत जाई आणि लेखन संपे. त्यावेळी आपण बराच वेळ लिहीत होतो हे लक्षात येई. लेखन करत असताना काही वेळा माझे हात दुखत, दमल्यासारखं होई; त्यावेळी आप्पासाहेबांच्या ते लक्षात येई आणि ते मला म्हणत, 'जोशी ठेवा आता, उद्या लिहू बाकीचं.'

सुदैवानं सुरुवातीलाच मला त्यांच्या– 'उजाडलं पण सूर्य कुठं आहे?' आणि 'भरतीची लाट' या दोन कादंबऱ्या लिहायला मिळाल्या. पहिली दैनिक 'लोकमान्य'च्या प्रत्येक गुरुवारच्या अंकात एक-एक प्रकरण याप्रमाणे तेरा प्रकरणांत प्रसिद्ध झाली आणि दुसरी 'झंकार'च्या १९५० च्या 'दिवाळी अंकात' प्रसिद्ध झाली. त्यांपैकी पहिली ही दुसरीपेक्षा मोठी आहे. त्या कादंबऱ्या लिहिताना कादंबरी लेखनाचे प्रत्यक्ष पाठ मला मिळून गेले. प्रकरणं कशी पाडावीत, प्रत्येक प्रकरणाच्या अखेरीस औत्सुक्य कसं निर्माण करावं, ही आप्पासाहेबांची तंत्रपद्धती मला कळून चुकली. कथानकाचा आराखडा मात्र कधीही आधी लिहून ठेवलेला नसे, याचं मला आश्चर्य वाटे. त्यांच्या मनात कथानकाचा विषय सतत घोळत असे. प्रकरणांमागून प्रकरणं मात्र पडायची आणि त्या ओघात नवनवी पात्रं आणि प्रसंग निर्माण व्हायचे. प्रकरण लिहून झाल्यानंतर मात्र ते त्यातील पात्रांची आणि स्थळांची नोंद करून ठेवीत.

तुम्ही कथानकाचा आराखडा का तयार करत नाही, असा प्रश्न मी त्यांना एकदा विचारला, तेव्हा ते म्हणाले, "आता मला आराखडा तयार करण्याची गरजच भासत नाही. सारं अंगवळणी पडून गेलं आहे पाहा." कादंबरी लिहीत असताना त्यातील प्रसंगवर्णन मोठं प्रत्ययकारी वाटायचं, लघुकथा लिहितानाही तसंच! कथानकाची निरगाठ बसेपर्यंत ते हळूहळू चढत जाई आणि उत्कर्षबिंदू गाठला म्हणजे मग लेखन थांबवावं लागे. कारण उकल करण्याचं काम काही सोपं नसे; त्यामुळे पुढे काय होतं त्याची उत्कंठा मला साहजिकच लागून राही.

'उजाडलं! पण सूर्य कुठं आहे?' या कादंबरीत गांधीवधानंतरच्या

जाळपोळीचा एक प्रसंग आहे. तरी तो लिहिण्याच्या आदल्या दिवशी, लेखन संपवून निघताना, मी आप्पासाहेबांना म्हटलं, "आप्पासाहेब, उद्याचा प्रसंग महत्त्वाचा आहे. तो तुमच्याकडून विस्तारानं यावा, असं वाटतं." यावर ते म्हणाले, "जरूर" पण प्रत्यक्षात तो प्रसंग एक-दोन परिच्छेदांतच आटोपला गेला; त्यामुळे मला फार वाईट वाटलं; पण मी काही बोललो नाही. त्यांच्या 'प्रवासी' कादंबरीतील कामगारांची मिरवणूक, 'झंझावात'मधील रझाकारी चार, किंवा 'तुफान', 'शोकांत' यांसारख्या ब्रह्मदेशाच्या पार्श्वभूमीवरील कादंबरीतील महत्त्वाची वर्णनं अशी अपुऱ्या स्वरूपात येतात. प्रत्यक्ष अनुभूतीचा, प्रसंगाशी उत्कट तादात्म्याचा अभाव हे त्याचं कारण म्हणता येईल काय?

प्रा. फडके यांचे जे समीक्षा लेख त्या काळात मी लिहिले, त्यात गाजलेला लेख म्हणजे 'नवकथाकारांना जुन्यांचे आव्हान' हा होय. माझ्या कल्पनेप्रमाणे तो 'मनोहर' मासिकात प्रसिद्ध झाला होता. हे आव्हान स्वीकारून तितक्याच हिरिरीने नवकथाकार प्रा. गंगाधर गाडगीळ यांनी त्याचा प्रतिवाद केला होता. प्रा. फडके यांच्या लेखनाच्या आणखी एका प्रकाराचा आगळा असा अनुभव मला आला.

त्याकाळी भारतात 'दूरदर्शन'चा प्रारंभ झालेला नव्हता; त्यामुळे भारतात दिल्ली, कोलकाता, मुंबई आदि ठिकाणी खेळले जाणारे क्रिकेटचे कसोटी सामने घरबसल्या पाहावयास मिळणं शक्य नव्हतं. 'आकाशवाणी'वरून क्रिकेट सामन्यांचं धावतं वर्णन (कॉमेंट्री) ऐकावयास मिळे. प्रा. फडके यांना साहित्य आणि संगीताइतकंच क्रिकेटचंही मोठं आकर्षण होतं. शं. वा. किर्लोस्कर आणि प्रा. फडके यांच्या टीम्सचे क्रिकेटचे सामने किर्लोस्करवाडी येथे होत असत. प्रा. फडके विविध ठिकाणच्या कसोटी सामन्यांचे त्या त्या दिवसाचे तपशीलवार चित्रण करणारे लेख लिहीत आणि ते त्यानंतरच्या वृत्तपत्रातून लागलीच प्रसिद्ध होत. ते वर्णन इतके प्रत्ययकारी असायचं की, वाचकाला प्रा. फडके यांनी दिल्ली, कोलकाता येथे प्रत्यक्ष जाऊनच ते लेख लिहिले असावेत, अशी जणू खात्री वाटत असे. प्रत्यक्ष वस्तुस्थिती वेगळीच होती.

त्या वेळी कोलकाता येथे क्रिकेटचे सामने सुरू होते आणि त्यांच्या 'कॉमेंट्री'चे प्रा. फडके यांचे लेख मुंबईच्या दै. 'लोकमान्य'मध्ये

प्रसिद्ध व्हायचे होते. संध्याकाळच्या लेखनासाठी आप्पासाहेबांनी मला त्या दिवसात साडेचारच्या सुमारासच यायला सांगितलं. प्रा. फडके हे सिद्धहस्त आणि हुकमी लेखन करणारे लेखक असल्याचा प्रत्यय मला त्या दिवसांत अधिक आला. सामना सुरू असताना दिवसभर रेडिओसमोर बसून प्रा. फडके आपली टिपणे तयार करून ठेवीत. मी त्यांच्याकडे जाताच ते भराभर मजकूर सांगण्यास प्रारंभ करीत आणि मीही तितक्याच वेगानं तो लिहून घेत असे. अर्ध्या-पाऊण तासातच त्या दिवशीच्या क्रिकेट सामन्यावरील खुसखुशीत लेख तयार व्हायचा. तोपर्यंत खाली घरासमोर एक टॅक्सी येऊन उभी राहिलेली असायची. लेख तयार होताच तो एका मोठ्या लिफाफ्यात घालून, त्यावर सुवाच्च पत्ता लिहून प्रा. फडके तो बंद करीत आणि लगेच खाली उभ्या असलेल्या टॅक्सीत बसून रेल्वे स्टेशनवर जात. तेथील आर. एम. एस.च्या डब्यात स्वतः तो लेख टाकून ते परत येत. तिसऱ्या दिवशी दैनिक 'लोकमान्य'मध्ये कोलकाता येथील क्रिकेट सामन्यावरील प्रा. ना. सी. फडके यांच्या लेखनातून उतरलेला तो ताजा (आँखों देखा हाल) लेख प्रसिद्ध होई.

वर्ष-दीड वर्षाचा तो काळ माझ्या जीवनातील महत्त्वाचा कालखंड होता. नकळत आमच्यात एक जवळीक निर्माण झाली होती. एके दिवशी माझी प्रकृती बरी नसल्यानं मी खोलीवर झोपून राहिलो होतो. त्या दिवशी नित्याप्रमाणे लेखनासाठी मी प्रा. फडके यांच्याकडे जाऊ शकलो नाही.

दुसऱ्या दिवशी सकाळी हॉस्टेलवरचे माझे मित्र धावत माझ्याकडे येऊन सांगू लागले, "अहो जोशी, तुमच्याकडे ना. सी. फडके आले आहेत." ते ऐकून मी हबकलोच. तोवर आप्पासाहेब माझ्या खोलीत पोहोचले होते. मी नमस्कार करून त्यांना बसायला खुर्ची दिली. बसतबसता त्यांनी मला प्रश्न विचारला, "जोशी, काल तुम्ही लेखनासाठी आला नाहीत?" मी त्यांना तब्येत बरी नसल्याचं सांगितलं. त्यावर त्यांनी औषधोपचारांची चौकशी केली. ते म्हणाले, "तुम्ही विश्रांती घ्या आणि हे पाहा, तुम्हाला यायचं नसेल त्या दिवशी शक्यतो आधी मला कळवत जा. तुम्ही आला नाहीत तर माझं नियोजित लेखन विस्कळीत होतं." आणि ते उठले. मी शरमिंदा झालो होतो.

त्यानंतर मी कधीही त्यांच्या लेखनात खंड पडू दिला नाही.

माझ्या लेखनाचा मोबदला म्हणून महिन्याला तीस रुपये देणार असल्याचं पहिल्या भेटीतच त्यांनी मला सांगितलं होतं. पहिला महिना पूर्ण झाल्यानंतर दुसऱ्या महिन्याच्या पहिल्या तारखेस सकाळी मी त्यांच्याकडे गेलो. लेखनास प्रारंभ करण्यापूर्वीच आप्पासाहेब मला म्हणाले, "जोशी, टेबलावर तुमचं पाकीट ठेवलं आहे, ते घ्या." खोलीवर जाऊन मी ते पाकीट उघडलं, त्यात आप्पासाहेबांच्या रेखीव स्वाक्षरीचा एक धनादेश होता आणि पत्रास प्रत्येक दिवसाच्या कामाचा हिशेब लिहिलेला कागद जोडलेला होता. वेळोवेळीचे खाडे धरून पहिल्या महिन्यात दिलेल्या चोवीस रुपयांच्या मानधनाचा तो धनादेश होता. प्रा. फडके यांच्या स्वाक्षरीचा तो धनादेश आणि त्यांच्या हस्ताक्षरातील हिशेबाचा कागद काही दिवस मी जपून ठेवला होता; परंतु विद्यार्थीदशेतील वरखर्चासाठी शेवटी मला तो धनादेश वठवावाच लागला. असं पाकीट प्रत्येक महिन्याच्या पहिल्या तारखेस टेबलावर न चुकता ठेवलेलं असे.

आपल्या सेवानिवृत्तीनंतर पुण्यात स्थायिक होण्याचं त्यांनी निश्चित केलं होतं आणि त्या दृष्टीनं त्यांची आवराआवर सुरू होती. सुमारे तीन दशकांहून अधिक काळ त्यांनी कोल्हापुरात वास्तव्य केलं होतं आणि मराठी साहित्यातील फडके-खांडेकर युगाचे दोन्ही प्रवर्तक त्यावेळी कोल्हापुरातच राहत होते. करवीर- नगरीचा तो एक साहित्यिक वैभवाचा कालखंड होता. प्रा. फडके यांचे शेकडो विद्यार्थी नामवंत झाले होते. त्यांचा चाहता-वर्गही मोठा होता. त्यावेळी स्थानिक वृत्तपत्रांतून मी एक पत्र प्रसिद्ध केलं. त्यात प्रा. फडके यांच्या कोल्हापुरातील वास्तव्याचं महत्त्व सांगितलं होतं आणि आता ते पुण्याला जाणार असल्यामुळे त्यांच्याविषयीची कृतज्ञता व्यक्त करणारा निरोप समारंभ आयोजित करण्याची आवश्यकता सांगितली होती. त्यानुसार एक सत्कार समिती तयार करण्यात आली. राजाराम कॉलेजच्या सभागृहात चाहत्यांच्या उत्साही गर्दीत तो निरोप समारंभ साजरा झाला. सभेच्या अध्यक्षस्थानी सुप्रसिद्ध संगीत दिग्दर्शक, नटवर्य आणि हार्मोनियमपटू श्री. गोविंदराव टेंबे होते. या सभेत प्रा. फडके यांच्या सहवासाविषयी मीही बोललो.

कोल्हापुरातील सुखद अनुभवाच्या स्मृती सांगून आपल्याला वरचेवर कोल्हापुरात येण्यास आवडेल, असं आपल्या भाषणात प्रा. फडके यांनी सांगितलं.

पुण्याला जाण्यापूर्वी मी त्यांची भेट घेतली. त्यांनी प्रेमानं माझी चौकशी केली आणि पुण्यात आलात तर घरी येत जा, असं आवर्जून सांगितलं. भांडारकर रोडवरील बंगल्यात मी दोन-चार वेळा गेलो. दरवेळी आस्थेनं ते माझ्याशी बोलत. एकदा बोलतबोलत ते फर्ग्युसन रोडपर्यंत आले होते. माझं पुण्यास फारसं जाणं होत नसे. त्यांच्याकडे लेखनिक म्हणून खूप माणसं काम करत होती आणि हळूहळू आमचा संपर्क कमी होत गेला. नंतरच्या काळात काही सभा-समारंभांत आमच्या गाठीभेटी व्हायच्या.

प्रा. फडके यांच्या देहावसानाची वार्ता आकाशवाणीच्या सायंकाळच्या वार्तापत्रातून मी ऐकली. त्यावेळी मी त्यात सामील झालो. त्या दिवशी विद्युतदाहिनी खराब असल्यामुळे त्यांच्या पार्थिवावर वैकुंठ स्मशानभूमीत पारंपरिक पद्धतीने अंत्यसंस्कार करण्यात आले. प्रथेप्रमाणे प्रा. फडके यांच्याविषयी बऱ्याचजणांची भाषणं सुरू होती. माझं मन मात्र भूतकाळातील अनेक दृश्यांच्या साखळीत गुरफटलं होतं...

◆

रणजित देसाई

उडून राजहंस चालला

ज्येष्ठ पौर्णिमेची चांदण्यानं न्हालेली रात्र. कोवाडकर देसाई यांच्या हवेलीच्या सौधावर रंगलेली साहित्य-संगीताची मैफल.

मित्रांच्या सहवासात रमलेले रणजितदादा. 'राजा रविवर्मा' या कादंबरीच्या लेखनाच्या वेळी मी, माझे मित्र श्री. रामकाका कुलकर्णी आणि ह. गं. फणसळकर सहकुटुंब दादांच्या आमंत्रणावरून कोवाडला गेलो होतो. उत्तम स्वागतशील आतिथ्य झाले होते. कादंबरीचा लिहून झालेला भाग वाचून त्यावर चर्चा झाली होती. हवेत गारवा आणि सभोवती नीरव शांतता होती. रणजितदादा विचारतात, 'हं बोला, तुझी काय फर्माईश आहे?' मी म्हटलं, 'दादा, आपल्या या मैफलीची अखेर तुमच्या गाण्यानं व्हावी, असं वाटतं.' आणि मित्रांच्या आग्रहानं दादा त्यांच्या आवडीची गाणी म्हणू लागतात. त्यांच्या सुरांत सौ. माधवी वहिनींचा सूर मिसळतो. गाणी आणि चांदणी रात्र अधिक गहिरी होऊ लागते. या थोर साहित्यिक मित्राच्या प्रेमानं, आतिथ्यानं मित्रांची मनं चिंब भिजून जातात. डोळे आनंदाश्रूंनी भरून येतात...

त्यानंतर 'राजा रविवर्मा' कादंबरीच्या यशवंतरावजी चव्हाण यांच्या हस्ते झालेल्या समारंभालाही आम्ही कोवाडमध्ये हजर होतो... पण साहित्य-संगीतानं धुंद झालेली ती रात्र विसरणं अशक्य आहे.

रणजित देसाई एक साहित्यिक, थोर कादंबरीकार, कथाकार, नाटककार इ. इ. सर्व काही; परंतु अंतरंगात श्रेष्ठ मानवी मूल्ये जपणारा, स्नेह्यांवर प्रेमाची उधळण करणारा, साहित्य-संगीतात धुंद होणारा, प्रेमाच्या अल्पशा प्रचितीनंही गहिवरून येणारा एक जिंदादिल माणूस, आपल्या कीर्ती सौरभानं अखिल मराठी माणसांची मनं जिंकणारा; परंतु शहरी जीवनाच्या चक्रव्यूहात न गुरफटता कोवाडसारख्या आड-बाजूच्या खेड्यात रमणारा, स्वतःला शेतकरी म्हणवण्यात भूषण मानणारा एक लोकविलक्षण लेखक.

देसाई घराणं मूळचं निपाणीचं. आम्हीही तिथलेच! रणजितदादांचे वंशज तेथे शेती करतात आणि शेतीवरील बंगलीतच राहतात. तसे आम्ही निपाणीकरांचे प्रजाजन; त्यामुळे आम्ही रणजितदादांना 'सरकार' म्हणत असू. जहागीरदारांची खानदानी अदब, त्यांच्या स्वतःच्या आणि त्यांच्या कुटुंबीयांच्या वागण्यात जाणवत असे. क्षुद्रतेपासून ते दूर राहात आणि दिव्यत्वापुढे नम्र होत. गुणवंतांचे कौतुक करताना त्यांची रसवंती फुलून येई. कलावंतांची कदर करणारे हे देसाई घराणे. रणजितदादांच्या हवेलीत प्रवेश करताच आपल्याला दर्शन होते ते त्यांचे तीर्थरूप आणि नटसम्राट बालगंधर्व यांच्या एकत्रित छायाचित्रांचे! रसिकतेचा हा वारसा दादांनी आपल्या तीर्थरूपांपासून उचलला आणि तेवढ्याच तोलामोलानं पुढे चालवला.

कोल्हापूरच्या वास्तव्यात रणजितदादा हे फडके आणि खांडेकर या त्या काळच्या साहित्य क्षेत्रातील दिग्गजांच्या सहवासात आले. फडके यांची जादूगार शैली आणि खांडेकरांची ध्येयवादी दृष्टी यांचा मिलाफ त्यांच्या स्वतःच्या लेखनात झालेला दिसून येतो. साहित्यिकाला जातीधर्माच्या किंवा स्थल-कालाच्या मर्यादा किंवा बंधने नसतात, हे त्यांनी आपल्या लेखनानं दाखवून दिलं आहे. त्यांना दिव्यत्वाची प्रचिती आली, तिथं तिथं त्यांचे कर जुळले गेले, मस्तक नम्र झालं. समकालीन जीवनात निर्माण झालेला भ्रष्टाचार, नैतिक अधःपात, लाचारी, दांभिकता, स्वाभिमानशून्यता यांनी व्यथित झालेलं रणजितदादांचं मन आदर्शांचा शोध घेऊ लागे. स्वकालीन जीवनात उत्तुंग आदर्शांचा झालेला लोप त्यांना जाणवला आणि ते वळले... निःस्पृह, सदाचारी, पराक्रमी, तेजस्वी, स्वाभिमानी जीवनाचा साक्षात्कार घडवणाऱ्या श्रीमानयोगी शिवराय आणि कर्तव्यकठोर माधवराव पेशवे यांच्या जीवनाकडे! 'स्वामी' ही कादंबरी लोकप्रिय झाली, यात दादांच्या कलावती लेखणीचं यश आहे, तितकंच त्या कादंबरीतील व्यक्ती आणि घटना यांच्या निवडीचंही आहे. आजच्या मराठी वाचकाला ज्याची ओढ होती, ते त्याला रणजितदादांच्या साहित्यात सापडलं. रणजित देसाई 'स्वामी'कार झाले आणि मराठी रसिक मनाचेही 'स्वामी' बनले. समकालीन लोकमानसाची नस त्यांनी किती विलक्षण रीतीने जाणली होती, याचा प्रत्यय देणारी ही कलाकृती आहे. ऐतिहासिक,

पौराणिक कादंबरीकार, कथाकार म्हणून रणजितदादांनी उदंड यश मिळवलं, लोकप्रियता संपादन केली; परंतु त्यांनी स्वतः अनुभवलेल्या ग्रामीण जीवनावरील कथा-कादंबऱ्यांचं वेगळेपण मात्र त्यामुळे दुर्लक्षित झालं. 'बारी', 'माझा गाव' यांसारख्या त्यांच्या कादंबऱ्या किंवा 'आलोक'सारखे त्यांचे कथासंग्रह ग्रामीण जीवनातील अनेक प्रवाह, व्यक्ती आणि घटना, स्वभाव आणि लकबी तेथील भाषिक वैशिष्ट्यांसह प्रभावीपणे चित्रित करतात. चंदगड, कोवाड, सुतकट्टी या परिसरातील बेरड जमातीचं जीवन जसं त्यात आहे, तसंच सवर्णांच्या व्यथा-वेदनांनीयुक्त असं जीवनही आहे. त्यांच्या कादंबऱ्यांतील पाटील हा तथाकथित भ्रष्ट खलनायक नसतो तर गावावर अपत्यवत प्रेम करणारा, गावासाठी स्वतःचं सर्वस्व वेचणारा असा खानदानी, कुलवंत पाटील असतो. परंपरेनं चालत आलेले कुलाचार जसे तो चालवतो, त्याचप्रमाणे गावकऱ्यांच्या हिताची जपणूक करण्याचा वसाही तो चालवतो. ही निष्ठा, ही खानदानी रीत कदाचित काळाच्या ओघात आज नष्टही झाली असेल; परंतु रणजितदादांच्या रक्तात रुजलेला पाटील, आपलं खानदान कधीच सोडत नाही. त्यांच्या कथा-कादंबऱ्यांतील पात्रं ग्रामीण जीवनात सहजतेनं वावरत असतात.

ही सहजता रणजितदादांच्या वागण्या-बोलण्यात होती. घरी येणाऱ्या प्रतिष्ठितांपासून ते घरगडी-शेतमजुरांपर्यंत त्यांच्या वागण्यातील आत्मीयता जाणवत असे. त्यांच्या जीवनात नव्या-जुन्याचं एक मनोहारी मिश्रण झालेलं होतं. त्यांच्या घरच्या वास्तूतील ऐतिहासिकता प्रथमदर्शनीच जाणवते; परंतु अंतर्भागात सर्व प्रकारच्या सुखसोयींची जोड त्याला दिलेली असते. त्यांच्या शेतात बांधलेली 'सावली' ही बंगली आधुनिक थाटाची असली, तरी तिच्या प्रवेशद्वारात एका प्राचीन मंदिराचे नक्षीदार खांब आणि महिरपीच्या कमानी उभ्या केलेल्या असतात. हवेलीच्या अंगणात अनेक तऱ्हेच्या फुलांचे वाफे आणि कुंड्या बहरलेल्या असतात.

रणजितदादांचा दिवाणखाना म्हणजे रसिकांचा, कलावंतांचा दरबारच! त्यांच्याकडे आलेला कोणताही अभ्यागत त्यांच्या आतिथ्यानं भारावून जाई. या दिवाणखान्यात शेतीविषयक नवनव्या प्रयोगांच्या चर्चा होत. तशाच नाटक, चित्रपटांच्या कथानकांवरही चर्चा होत. पुण्या-मुंबईची माणसं दादांच्या ओढीनं कोवाडला येत. कोवाडच्या आणि

ताम्रपर्णीच्या परिसरावर दादांचं नितांत प्रेम होतं. परिसरातील लोकांना आधुनिक ज्ञानाचा लाभ व्हावा, म्हणून रणजितदादांनी आपल्याकडील ग्रंथ देऊन ग्रंथालयाचं बीजारोपण केलं होतं. त्यांची 'बारी' ही शेती, 'सावली' ही बंगली, 'सतीचा हात' हे ठिकाण आणि तिथलं चाफ्याचं झाड ही त्यांची आवडीची ठिकाणं होती. त्याच ठिकाणी अखेरीस त्यांना चिरविश्रांती घ्यायची होती.

रणजितदादांशी होणारा सुखसंवाद हा एक प्रसन्न अनुभव असे. त्यांच्या वाचनात आलेले, प्रवासात अनुभवलेले अनेक संदर्भ त्यांच्या बोलण्यातून प्रकट होत आणि एका रसिक तितक्याच चिंतनशील व्यक्तिमत्त्वाच्या सान्निध्यात आपण आहोत, याची सुखद जाणीव होऊ लागे. ऐतिहासिक कादंबऱ्या लिहायच्या तर एखाद्या संशोधकाच्या चिकाटीनं सर्व उपलब्ध साहित्याचा, संदर्भ-साधनांचा अभ्यास ते करत. ती-ती स्थळे नजरेखाली घालत. त्या ऐतिहासिक स्थळावरील वास्तूंची विशिष्ट प्रकारची रचना, कशासाठी याचाही विचार ते करत. त्यावरील चिंतन, विश्लेषण हे त्यांचं स्वतःचं असे; त्यामुळे ऐकणाऱ्यालाही एक नवीन दृष्टी प्राप्त होत असे. ऐतिहासिक व्यक्ती आणि स्थळं यांचं प्रेम आणि अभिमान अंतःकरणात ओतप्रोत भरलेला असला तरी त्याचं ऊरबडवं प्रदर्शन ते कधीच करीत नसत.

महाभारतातील कित्येक कथा रणजितदादांच्या मुखातून त्यांच्या टीका-टिप्पणीसह ऐकण्यासारख्या असत. जे सांगायचं, लिहायचं ते वरवरचं असू नये, असा त्यांचा कटाक्ष असे. राजा रविवर्मा हा एक गाजलेला भारतीय चित्रकार. त्याच्या जीवनावर कादंबरी लिहायची तर भारतीय चित्रकला आणि शिल्पकलेचा ते बारकाईनं अभ्यास करत. भारतीय परंपरेतील रंगनिर्मितीच्या प्रक्रियेचाही शोध घेत. युरोप-इंग्लंडच्या प्रवासात पाश्चात्त्य चित्रकार आणि त्यांच्या कलाकृती यांचा मागोवा घेत. राजदरबारी चित्रकार म्हणून रविवर्मा रेखाटायचा, तर आपल्याकडील राजघराण्यातील पद्धती, राजपुरुषांची रसिकता, आवड-निवड यांच्या संदर्भात मांडणी करत. त्यासाठी ते खूप परिश्रम घेत. लेखनाचं परिष्करण करण्यात ते कधीही कसूर करत नसत. या साऱ्यांच्या संयोगामुळे एक नेटकी सुघड कलाकृती वाचकांना लाभत असे.

वाचकांचं, चाहत्यांचं प्रेम त्यांना अलोटपणे लाभलं. त्यांच्याही ठिकाणी वाचकांविषयी अपूर्व प्रेम असे. इचलकरंजीला साहित्य संमेलन भरले. (कै.) अनंतराव भिडे, श्री. कल्लाप्पाअण्णा आवाडे, श्री. दातार, श्री. गजाननराव कांबळे, श्री. रामकाका कुलकर्णी ही स्थानिक मंडळी अहोरात्र त्याची उभारणी करीत होती. रणजितदादा स्वागताध्यक्ष होते. स्वागताध्यक्षाचे एक समयोचित भाषण करून ते मुक्त होऊ शकले असते. तथापि, संमेलनापूर्वी कित्येक दिवस इचलकरंजीत ठाण मांडून, त्यांनी संमेलनाची पूर्वतयारी करवून घेतली. येणाऱ्या प्रतिनिधींच्या निवासस्थानी ते जात. खोल्या-खोल्यांत जाऊन त्यांची व्यक्तिगत चौकशी त्यांनी केली. 'स्वामी'कार रणजित देसाई यांनी आपली वास्तपुस्त केली, याचं त्या प्रतिनिधींना मोठं अप्रूप वाटलं. वाईमध्ये झालेल्या महाराष्ट्र राज्य ग्रंथालय संघाच्या अधिवेशनातही त्यांनी आपल्या भाषणामध्ये ग्रंथपालांच्या वेतनश्रेणीचा आवर्जून पुरस्कार करून, प्रतिनिधींच्या अंतःकरणालाच हात घातला होता.

आपल्या साहित्यकृतींवर त्यांचं अपत्यवत प्रेम होतं. कोणा प्रकाशकाच्या बंधनात काही काळ त्या अडकून पडल्यामुळे ते व्यथित होते. ते प्रकाशकी पाश त्यांनी सोडवून घेतले. नवीन लेणी लेवून त्यांच्या साहित्यकृती पुन्हा वाचकांकडे झेपावल्या, याचा त्यांना अत्यंत आनंद झाला. महाराष्ट्र साहित्य परिषदेच्या एका निवडणुकीत प्रकाशकानं आपलं पॅनेल उभं केलं होतं. मी त्यात नव्हतो. मी स्वतंत्रपणे निवडून आलो. ही वार्ता ऐकताच हर्षभरित होऊन रणजितदादांनी माझ्या पाठीवर थाप मारली आणि म्हणाले, 'शाब्बास! रे गब्रू! माझ्या प्रकाशकाला पाडून निवडून आलास.' यात अर्थातच मित्रत्वाचं कौतुक होतं. त्यांच्या मित्रपरिवारातील माझ्यासारखा थोड्या वेगळ्या प्रकारचं संशोधन-समीक्षात्मक लेखन करीत असतो. दादा ललितरम्यशैलीचे भोक्ते होते. यावर त्यांनी एकदा मला मजेशीर पद्धतीनं चिमटा घेतला, 'राधेय' या आपल्या कादंबरीची प्रत मला भेट म्हणून देताना त्यांनी लिहिलं होतं :

'प्रिय वसंत जोशी यास, सुबोध लिहिता यावे म्हणून! –रणजित देसाई.'

अलीकडील काही वर्षांत त्यांच्या जीवनात खूप वादळं उठली.

प्रकृतीही बरी राहत नसल्यानं त्यांना वरचेवर हॉस्पिटलमध्ये उपचार घ्यावे लागत. मनानंही ते खूप हळवे झाले होते. आपली एकाकी अवस्था त्यांना सतावत होती. सारी मंडळी त्यांच्यावर मनापासून प्रेम करीत होती, तरीही एकाकीपण जाणवत होतं. 'समुद्री चहुकडे पाणी! पिण्याला थेंबही नाही' अशी अवस्था झाली होती. साठीनंतरच्या काळात पतीच्या सुख-दुःखाशी समरस होणारी, त्याच्या व्यथा-वेदना जाणणारी, त्याचं दुखलं-खुपलं पाहणारी आणि दुधात साखरेप्रमाणे विरघळून जाणारी, सहचारिणी पत्नी हवी असते. ऐन तारुण्यात रणजितदादांना आघात सहन करावे लागले. ते जगाला सुख देत राहिले. वात्सल्याचा, प्रेमाचा, सौख्याचा वर्षाव करीत राहिले; पण स्वतः मात्र अंतरंगात ते दुःखीच राहिले. एका भेटीच्या वेळी हॉस्पिटलमध्ये माझ्याशी बोलताना अभावितपणे ते बोलून गेले : 'माझी खरी व्यथा कोणी जाणूनच घेत नाही.' आणि मला मीरेच्या आर्त स्वरांचे स्मरण झाले, 'एरी मैं तो प्रेम दिवानी... मेरा दर्द न जाने कोई!'

'नाच गं घुमा!' या माधवी देसाईंच्या पुस्तकाच्या प्रकाशनानंतर त्यावर खूप चर्चा झाली. गहजब झाला; पण हे सारं एकतर्फी होतं. दादांनी त्यावर काहीही प्रतिक्रिया व्यक्त केली नाही. उलट एकदा माधवीबाईंची भेट झाली असता, दादा त्यांना म्हणाले,

"अगं माधवी, तू फार थोडं लिहिलं आहेस. आणखी खूप लिहायला हवं होतंस."

या संदर्भात माझ्याशी बोलताना ते म्हणाले, "हे बघ, आणखी पन्नास वर्षांनंतरचा मराठी वाचक रणजित देसाई कसा होता याचा विचार करणार नाही. त्यांचं काही साहित्य तोपर्यंत टिकून राहिलं, तर तेच त्याला माझं अंतरंग उलगडून सांगू शकेल."

पुढे ते म्हणाले, "अरे, ते पुस्तक प्रसिद्ध झाल्यानंतर एके ठिकाणी माझा कार्यक्रम होता. आत-बाहेर श्रोत्यांची गर्दी दिसत होती. मी नंतर चौकशी केल्यावर समजलं की, आदल्याच दिवशी तिथं माधवीचं भाषण झालं होतं आणि त्यावरील माझी प्रतिक्रिया जाणून घेण्याच्या उत्सुकतेनं लोकांनी गर्दी केली होती... पण त्या विषयाला मी स्पर्शही केला नाही!"

रणजित-माधवींचं व्यावहारिक नातं संपलं, तरी भावनिक ओलावा

अजून जिवंत होता. म्हणूनच त्यानंतर प्रसिद्ध झालेलं एक पुस्तक रणजितदादांनी माधवीबाईंना अर्पण केलं आणि त्यात म्हटलं, 'नातं सरलं.. तरी जिव्हाळा सरला नाही.'

...मित्रांची मैफल आपल्या बहुश्रुत मिस्कील आणि मार्मिक बोलण्यानं रंगविणारे रणजितदादा आता स्तब्ध स्तब्ध असत. एखादा-दुसरा प्रश्न विचारीत आणि दुसऱ्याचं बोलणं शांतपणे ऐकून घेत पडून राहत.

आमच्या घरासमोर असलेल्या 'आशा नर्सिंग होम'मध्ये ते वरचेवर उपचारासाठी येऊन राहत. त्या दिवसांत सकाळ-संध्याकाळ बराच काळ त्यांच्या सहवासाचा लाभ मिळे. अलीकडे वाचनाचा त्रास होऊ लागला होता. अशा वेळी काही बातम्या, काही मथळे, काही मजकूर मी त्यांना वाचून दाखवी. सकाळच्या न्याहारीसाठी एखादा पदार्थ घेऊन जाई. तो आवडीनं ते खात. सौ. मधुताई आणि सौ. पारुताई सकाळ-संध्याकाळ डबे घेऊन यायच्या. नेताजी हा त्यांचा सेवक तिथं असायचा. त्याला ते 'अरे नितू' अशी हाक मारीत. या काळात दादांशी वेगवेगळ्या विषयांवर बोलता येई.

यावेळच्या आमच्या संभाषणात कुमारगंधर्व, वसंतराव देशपांडे यांच्या आठवणी निघायच्या. 'कोवाडमध्ये सुंदर तैलचित्रांची एक आकर्षक आर्ट गॅलरी तयार करा' असा माझा त्यांना आग्रह असे. यावर दादा म्हणत, "होय, मला सारं करायचं आहे. तुला माहीत आहे का? तिथल्या दोन-तीन दालनांत लावलेल्या चित्रांपैकी एकही मी विकत घेतलेलं नाही. माझ्या चित्रकार मित्रांनी ती सर्व मला भेट म्हणून दिलेली आहेत."

हे ऐकल्यानंतर वाटायचं, रणजितदादांनी चित्रकलेतील आणखी जाण 'राजा रविवर्मा'सारखी कादंबरी लिहून प्रकट केली आणि एकप्रकारे या चित्रकार मित्रांच्या ऋणातून ते मुक्त झाले. ते उत्तम साहित्यिक होते. संगीताचे रसिक जाणकार होते. कुमारगंधर्व - वसंतरावांसमवेत ते गातही असत. त्यांनी चित्रं काढल्याची माहिती मला नाही; पण ते चित्रकलेचे दर्दी चाहते होते, यात शंका नाही.

मध्यंतरी दादा हॉस्पिटलमध्ये असतानाच कुमारगंधर्वांचं निधन झाल्याची वार्ता आली. अशा वेळी दादांना भेटणं अवघड वाटायचं.

ते ढसाढसा रडत. ते अत्यंत हळव्या मनाचे होते. म्हणून एक दिवस जाऊ दिला आणि नंतर मी त्यांना भेटलो. स्वाभाविकच कुमारांचा विषय निघाला आणि अनेक स्मृती झंकारू लागल्या. दादा सांगत होते...

"एकदा कुमार अकस्मात माझ्याकडे कोवाडला आले. राहिले. त्यांना गाण्याची लहर आली. तंबोरे जुळवण्याचा खटाटोप सुरू झाला. काही केल्या ते जुळेनात. शेवटी ते मला म्हणाले, 'रणजित, त्या वसंताला (म्हणजे वसंतराव देशपांडे यांना) जरा फोन लाव. पुण्याला फोन लागल्यावर कुमार वसंतरावांना म्हणाले, "अरे वसंता, इथे तानपुरे लागत नाहीत. बैठक खोळंबली आहे. तू लगेच इकडे ये" आणि वसंतराव धावतपळत कोवाडला आले. तंबोरे लागले आणि त्या दोघांची मस्त मैफल जमली. असे हे मित्रवेडे आणि कलावेडे कलावंत."

कुमारगंधर्वांच्या निधनानंतर त्यांच्या आठवणी सांगणारा रणजितदादांचा एक लेख प्रसिद्ध झाला. त्यात एके ठिकाणी उल्लेख होता,

'गायन रंगले की, कुमार म्हणत, हंऽऽ भानू घेऽऽ' माझं अज्ञान उघड करीत मी दादांना विचारलं, "दादा, इथं भानू हा कसला उल्लेख आहे?"

यावर दादा म्हणाले, "अरे, भानू म्हणजे कुमारची पहिली बायको. ती कुमारची छान साथ करायची. तिच्याविषयीही खूप आठवणी आहेत. त्यातली एक तुला सांगतो. सूरवेड्या कुमारचं व्यक्तिमत्त्व त्यात दिसतं."

भानूचं निधन झालं. अंत्यसंस्कारासाठी सारेजण स्मशानात जमले. तेवढ्यात कोणीतरी लाकडाचा एक मोठा ओंडका आणून टाकला. त्याबरोबर तो ध्वनी ऐकताच कुमार सहज दाद देऊन गेले, 'वा! क्या बात है!' आता मला सांग, अशा सगळ्या आठवणी द्यायच्या का?"

हॉस्पिटलमध्ये असतानाच कोल्हापुरातील साहित्य संमेलनाची तयारी सुरू होती. संमेलनातील एका प्रमुख साहित्यिक व्यक्तीनं एका लेखात म्हटलं होतं : 'माझ्या विद्यार्थी अवस्थेत रणजित देसाई हे माझे वर्गमित्र होते.' हे ऐकून दादा मिस्कीलपणे हसले आणि म्हणाले,

'असे माझे किती वर्गमित्र होते, त्याचा मला एकदा शोध घ्यायला पाहिजे.'

गेल्या वर्षी आजारपणात दादा हॉस्पिटलमध्ये आले ते कोवाडहून. त्यांना मी विचारलं,

"दादा, कोवाडला मुक्कामात काही लेखन झालं का?"

ते म्हणाले, "होय. 'जंगल' ही कादंबरी पूर्ण केली आहे; पण त्यातील काही वृक्ष, वनस्पती आणि पशुपक्षी यांची अधिक माहिती मला मिळवायची आहे. त्यासाठी मी श्री. मारुती चितमपल्ली यांना कोल्हापुरास बोलावलं आहे. येतीलच ते एक-दोन दिवसांत."

दादांची अवस्था पाहून डॉक्टर त्यांना हॉस्पिटलमधून सोडण्यास तयार नव्हते; परंतु ठरलेल्या दिवशी त्यांची आणि श्री. चितमपल्ली यांची भेट अन् चर्चाही झाली. प्राणिसृष्टीवर दादांच्या अनेक कथा आहेत; पण अधिक तपशीलवार माहिती मिळविण्यासाठी त्यांचे सतत प्रयत्न सुरू होते. 'जंगल' ही बहुधा त्यांची अखेरची कादंबरी असावी...

रणजितदादांची आणि माझी शेवटची भेट झाली ती बुधवार, दि. २६ फेब्रुवारी! सकाळीच फोन करून सौ. पारुताईंना मी येणार असल्याची कल्पना दिली होती. सौ. पारु नाईक यांची 'सावली' या नावाची एक कादंबरी 'ज्वाला' या नियतकालिकाच्या दिवाळी अंकात प्रसिद्ध झाली होती. तो अंकही परत करावयाचा होता. सायंकाळी पाच वाजता मुक्त सैनिक वसाहतीतील 'रत्नदीप' बंगल्यावर गेलो. घराच्या मोकळ्या आवारात खुर्च्या टाकल्या होत्या. सौ. मधुमती आणि सौ. पारुताई या दोघी कन्याही तिथं होत्या. जवळच्याच खोलीत दादांची सर्व व्यवस्था होती. सौ. पारुच्या कादंबरीविषयी मी माझी मतं त्यांना सांगितली. ते म्हणाले, "मी पारुला सांगितलंय, वाचकांच्या प्रतिक्रिया समजून घे. पुस्तकरूपाने प्रसिद्ध करण्याची घाई करू नकोस. ते प्रसिद्ध होण्यात मला अडचण वाटत नाही." आणि सौ. पारुकडे वळून ते म्हणाले, "अगं पारु, हा तुझ्या कादंबरीबद्दल काय म्हणतोय बघ." त्यावर सौ. पारुताई म्हणाल्या, "दादा, माझी आणि काकांची त्याविषयी चर्चा झाली आहे."

समोर चिकूच्या फळांच्या आणि भडंगाच्या डिशेस होत्या. दादांनी मला चिकू खाण्याचा आग्रह केला. ते एका हातातील चमच्यानं भडंग

उचलून दुसऱ्या हातात घेऊन खात होते. हात थरथरत होता. मी त्यांना म्हटलं, "दादा थांबा... मी तुमच्या हातात देतो. मग खा."

थोड्या वेळानं अंधार पडला. माझ्या हाताला धरून धरून थरथरत्या हातांनी दादा आपल्या खोलीत आले. सौ. पारुनं त्यांच्या अंगावर पांघरुण घातलं. दोन्ही हातांनी त्यांचं मुख गोंजारलं. थोडा वेळ थोपटलं. त्यावेळी दादांच्या मुखावर वात्सल्यपूर्ण, निर्व्याज हास्य पसरलं होतं... आता शरीर साथ देऊ शकत नव्हतं. 'प्रोटिन्स' असलेले पदार्थ डॉक्टरांच्या सल्ल्यानेच त्यांना देण्यात येत होते; पण शरीर ते मुरवून घेत नव्हतं. दादांचं जीवनावर खूप प्रेम होतं आणि जगण्याची इच्छाही खूप होती; त्यामुळेच अलीकडं त्यांनी पुष्कळ पथ्य पाळण्यास सुरुवात केली होती; परंतु आता वेळ निघून गेली होती...

दि. २९ फेब्रुवारीच्या वृत्तपत्रांत दादांना मुंबईच्या जसलोक हॉस्पिटलमध्ये ठेवण्यात आल्याची वार्ता वाचली आणि काळजाचा ठोका चुकला. का कोण जाणे; मनात पाल चुकचुकली. वाटलं, आता काही खरं नाही!

आणखी आठच दिवसांनी म्हणजे शनिवार, दि. ७ मार्चच्या सकाळी ती दुःखद वार्ता ऐकायला/वाचायला मिळाली. 'स्वामी'कार रणजित देसाई यांचं निधन. सारा दिवस अस्वस्थतेत गेला. सायंकाळी इचलकरंजीचे माझे व (कै.) दादांचे मित्र रामकाका कुलकर्णी यांच्यासमवेत 'रत्नदीप' बंगल्यावर गेलो. मुंबईहून अद्याप गाड्या यायच्या होत्या. सारे व्याकुळतेनं प्रतीक्षा करीत होते. वातावरण सुन्न होतं. शेवटी सव्वानऊ वाजता गाड्या आल्या. (कै.) दादांचा अचेतन देह उतरवून घेऊन आवारात मांडलेल्या आसनावर ठेवण्यात आला. सौ. पारु, सौ. मधू आणि दादांना पुत्रवत असणारे त्यांचे प्रकाशक श्री. अनिल मेहता यांना दुःख आणि अश्रू आवरत नव्हते.

चिरनिद्रा घेत पहुडलेल्या दादांच्या देहावर पुष्पहार अर्पण करताना माझ्या मनात भावनांचा कल्लोळ उठला. हुंदका आवरणं कठीण झालं. भेट होताच प्रफुल्लित होणारा दादांचा चेहरा शांत होता आणि नाचणारे टपोरे डोळे मिटले होते. होत्याचं नव्हतं झालं होतं. मन आणि पाय जड झाले होते.

...दुसऱ्या दिवशी कोवाड या त्यांच्या गावी अंत्यसंस्कार व्हायचे

होते. सकाळी साडेआठच्या सुमारास गाड्या (कै.) दादांचे गुरू (कै.) भाऊसाहेब खांडेकर यांच्या निवास्थानासमोर आल्या. खांडेकर कुटुंबीयांनी त्यांना पुष्पहार घातले.

गाड्या काही क्षण तेथे विसावल्या आणि पुढे निघाल्या.

आपल्या गुरूच्या आणि मानसपित्याच्या भेटीसाठी हा त्यांचा लाडका शिष्य, त्यांचा एकमेव 'विश्वस्त' दूरच्या प्रवासाला निघाला होता.

पाणीभरल्या डोळ्यांनी मी हात जोडले. गाड्या पुढेपुढे जात दिसेनाशा झाल्या.

...सारंच धूसर झालं होतं.

◆

डॉ. भाऊसाहेब कोलते

डॉ. कोलते : एक स्मृतिस्थळ

डॉ. भाऊसाहेब कोलते यांचा व्यक्तिगत परिचय, त्यांचा लोभ आणि त्यांच्याशी झालेला पत्रव्यवहार ही माझ्या प्राध्यापकीय कालखंडातील माझी पुण्याई आहे. त्यांच्या संशोधनपर लेखनाकडे माझ्या विद्यार्थीदशेपासूनच मी आकृष्ट झालो होतो. १९२७-२८चे 'विविध ज्ञानविस्तारा'चे अंक वाचत असताना त्यात 'वऱ्हाडी भाषेतील काही शब्द' या विषयावरील डॉ. वि. भि. कोलते यांचे दोन-तीन लेख वाचायला मिळाले. त्यातून प्रेरणा घेऊन मी कोल्हापूर-बेळगाव परिसरातील काही कन्नड प्रभावित मराठी शब्द टिपून ठेवले. ते महाराष्ट्रातील वाचकांनाही वेगळे वाटण्यासारखे होते. त्यातून माझा लेख काही तयार झाला नाही; पण अशा तऱ्हेनं आपल्याला काही संशोधन/लेखन करता येण्यासारखं आहे, याची प्रेरणा मला त्यातून मिळाली. ते टिपण कदाचित आजही माझ्या संग्रही असावं. पुढे काही निमित्तानं त्यांचं 'मराठी संतों का सामाजिक कार्य' हे हिंदी पुस्तक माझ्या वाचनात आलं. त्यातील ज्ञानदेव-नामदेवविषयक त्यांचं विवेचन मला पटलं नव्हतं. माझी प्रतिक्रिया मी त्यांना पत्रानं कळवली. त्याची तत्परतेनं दखल घेऊन त्यांनी माझ्या पत्राला उत्तर पाठवलं, 'माझी मते पुराव्यासह तुम्ही खोडून काढा; मी केव्हाही माझ्या मतांमध्ये दुरुस्ती करण्यास तयार आहे.' असं त्यांनी कळवलं होतं. पुढील काळातही अनेक वेळा त्यांच्या या वृत्तीचा मला प्रत्यय आला आणि तसा इतर अनेकांनाही आला असावा. आपल्या विधानांबद्दल ते ठाम आणि संशोधनाबाबत साक्षेपी असत. त्यांच्या संशोधनाच्या प्रारंभिक पर्वात त्यांनी 'भानुविजय' या ग्रंथाच्या आधारे भास्करभट बोरीकर यांचं चरित्र लिहिलं. जुन्या साहित्याची नवोपलब्धी हा साहित्य संशोधकाचा आनंदाचा क्षण असतो; पण 'भानुविजय' हा ग्रंथ अलीकडील आणि प्रक्षिप्त निघाला. हा त्यांना मिळालेला एक धक्का होता; त्यामुळे ते संशोधन कार्यात अधिकच सावधानता बाळगू लागले. अधिक

कसोशीनं संशोधन सामग्रीचा झाडा घेऊ लागले. प्रत्येक शब्द, प्रत्येक विधान अभ्यासपूर्ण व ठामपणानं मांडू लागले; त्यामुळे स्वमताविषयी ते आग्रही राहू लागले. शिलालेख-ताम्रपटांच्या संशोधन कार्यातही त्यांना असाच विपरीत अनुभव आला. त्यांच्या संशोधनाचे श्रेय इतरांनी लाटल्यामुळे ते उद्विग्न झाले खरे; पण पुढे या क्षेत्रातील वाट त्यांनी स्वतंत्रपणे चोखाळली.

डॉ. कोलते यांची आणि माझी प्रत्यक्ष भेट १९६२ मध्ये सातारा येथे भरलेल्या मराठी साहित्य संमेलनात झाली. कै. काकासाहेब गाडगीळ अध्यक्ष होते. त्यांच्या भेटीने मला आणि त्यांनाही आनंद झाला. साताऱ्याजवळ करंजे येथे महानुभाव आश्रम आहे. डॉ. कोलते यांना महानुभाव तत्त्वज्ञान समजावून सांगणारे अधिकारी पुरुष म. मुरलीधरशास्त्री आराध्य यांचं त्या सुमारास तेथे वास्तव्य होतं. त्यांचा डॉ. कोलते यांच्यावर मोठा लोभ होता. त्यांना भेटण्यासाठी डॉ. कोलते, डॉ. मा. गो. देशमुख आणि मी टांग्यातून करंजे येथील महानुभाव मठात गेलो. त्या वेळचं दृश्य आजही माझ्या नजरेसमोर उभं आहे. भाऊसाहेबांनी म. मुरलीधरशास्त्री यांना दंडवत घातला आणि दोन्ही हातांनी त्यांचे पाय चेपत ते काही शब्दांची चर्चा त्यांच्याशी करू लागले. म. मुरलीधरशास्त्रीही आपल्या मृदू आवाजात त्यांच्याशी संभाषण करत होते. त्यावेळी मला ज्ञानोपासकाच्या नम्र भूमिकेतील भाऊसाहेबांचे दर्शन घडले होते. त्यानंतरचा एक प्रसंग सातारा इथल्याच त्यांच्या एका भेटीचा आहे. १९८०च्या सुमारास ही भेट झाली. त्या वेळी मी वाई येथील महाविद्यालयात अध्यापन करीत होतो. भाऊसाहेब साताऱ्यास आले असल्याचा निरोप मला मिळाला. मी त्या वेळी 'भाषा व साहित्य : संशोधन' हा ग्रंथ संपादित करीत होतो. त्याची मुद्रण प्रत घेऊनच मी भाऊसाहेबांना भेटण्यासाठी गेलो. त्यांनी ती प्रत पाहून समाधान व्यक्त केलं. या ग्रंथाविषयी दि. ८-२-८२ रोजी मला पाठवलेल्या पत्रात त्यांनी म्हटलं होतं, 'आपण संपादन केलेले 'भाषा व साहित्य : संशोधन' मला वेळीच मिळाले. ग्रंथ हाती आला त्याच वेळी मी तो चाळला. संशोधनाला उपयुक्त लेख त्यात संग्रहित झाल्याने एक फार महत्त्वाचे काम आपण पार पाडले आहे. संशोधन करून प्रबंध लिहू इच्छिणाऱ्या

विद्यार्थ्यांची त्यामुळे उत्तम सोय झाली आहे. या प्रचंड उद्योगाबद्दल मी आपले मनःपूर्वक अभिनंदन करतो. वस्तुतः या ग्रंथाचे हस्तलिखित घेऊन तुम्ही माझ्याकडे साताऱ्याला आला होता, त्याच वेळी मी माझा आनंद व्यक्त केला होता. प्रत्येक लेख नुसता वाचनीयच नाही, तर अभ्यासनीय आहे. धन्यवाद!'

भाऊसाहेबांच्या पत्नी आणि संशोधनकार्यातील त्यांच्या सहकारी उषाताई यांचं अलीकडेच देहावसान झालं होतं. त्यांच्या चाळीशीतील चिरंजीवांना हृदयविकाराचा त्रास झाला होता; त्यामुळे सातारा येथील सैनिक स्कूलमध्ये शिकत असलेल्या आपल्या नातवाच्या भेटीसाठी वृद्ध भाऊसाहेब पालकाच्या भूमिकेत आले होते. मला या दोन्ही घटनांची कल्पना असल्यामुळे भाऊसाहेबांजवळ मी माझी हळहळ व्यक्त केली. त्यावर भाऊसाहेब म्हणाले, "अशा बिकट प्रसंगी कवी यशवंत यांची कविता मला आधार देते." त्यांनी म्हटलं आहे, 'आकाशीच्या कुऱ्हाडी माथा अनंत पाडी। आघात सोसण्याचे सामर्थ्य मात्र द्यावे।' भाऊसाहेबांच्या कर्तव्यकठोर जीवनामध्ये भावनेचा झरा असा झिरपत होता. पुढे अशा अनेक प्रसंगांत भाऊसाहेबांनी म्हटलेल्या कवी यशवंत यांच्या त्या कवितेचं मला स्मरण होत राहिलं.

१९८४ मध्ये विद्यापीठीय कामासाठी नागपूरला जाण्याचा योग आला. त्या वेळी आपल्याकडेच उतरण्याचं आग्रहाचं पत्र त्यांनी मला पाठवलं होतं. तथापि, ते शक्य न झाल्यामुळे त्यांनी भोजनासाठी बोलावलं आणि आपल्या अगत्यशील आतिथ्याचा अनुभव दिला. त्या निमित्तानं त्यांच्याशी गप्पा झाल्या. आपण सध्या हाती घेतलेल्या ताम्रपटाच्या संशोधनाविषयी ते भरभरून बोलत होते. याखेरीज अधूनमधून त्यांचा आणि माझा पत्रव्यवहार सुरू असे. माझ्या एखाद्या पत्राला त्यांनी उत्तर धाडलं नाही, असं कधी घडलंच नाही. 'अजुनि चालतोचि वाट' हे त्यांचं आत्मचरित्र लिहून झाल्यानंतर त्यांनी मला लिहिलं होतं, 'ग्रंथ खूपच मोठा झाला आहे. आता तो कोण छापणार हा प्रश्न आहे.' पण सुदैवाने नागपूर विद्यापीठानं तो प्रकाशित केला. दोन वर्षांपूर्वी त्यांना 'महाराष्ट्र फाउंडेशन'चा दोन लाखांचा पुरस्कार मिळाला; त्यामुळे ते सुखावले होते. माझ्या अभिनंदनपर पत्राला उत्तर देताना आपल्या कार्याची नोंद घेतली गेल्याचं समाधान त्यांनी व्यक्त

केलं होतं.

'महानुभाव संत' हे माझं पुस्तक १९७२ मध्ये प्रसिद्ध झालं. त्या वेळी भाऊसाहेब नागपूर विद्यापीठाचे कुलगुरू होते. माझ्या विनंतीवरून त्यांनी त्या पुस्तकास प्रस्तावना लिहिली. महानुभाव साहित्य संशोधनाच्या क्षेत्रात एका नवीन संशोधकाची भर पडत असल्याचा आनंद त्यांनी व्यक्त केला होता. त्यानंतर एका विद्यार्थ्याच्या पीएच.डी. पदवीच्या मौखिक परीक्षेच्या वेळी आम्ही एकत्र आलो. आपल्या संशोधनात नव्यानं सुचलेल्या कल्पनांचा पडताळा ते परीक्षार्थींना प्रश्न विचारून घेत. 'राजा तेथे कटकु' या चरणातील 'कटक' या शब्दाचा अर्थ काय? असा प्रश्न त्यांनी त्यावेळी केला आणि चेहऱ्यावर मिस्कील भाव आणून, डोळे बारीक करीत ते त्याच्याकडे पाहत राहिले. त्या विद्यार्थ्याने 'कटक' म्हणजे 'सैन्य' असा अर्थ सांगितला. तेव्हा नकारार्थी मान हलवीत भाऊसाहेब त्याला म्हणाले, 'राजा असेल त्या सर्व ठिकाणी सैन्य असेलच असं नाही, असं म्हणत 'कटक' म्हणजे राजधानी' हा आपला वेगळा अर्थ त्यांनी सांगितला. पीएच.डी.च्या विद्यार्थ्याला प्रारंभीच 'व्हॉट इज युवर थीसिस' असा प्रश्न ते फटकन विचारीत आणि विद्यार्थी गोंधळून जाई. नंतर 'अहो, तुमच्या प्रबंधाचे प्रतिपाद्य काय आहे ते सांगा.' असे हळुवारपणे सांगत. त्यांच्या या विश्वासात घेण्यामुळे विद्यार्थी मोकळा होऊन आत्मविश्वासाने बोलू लागे. अशा प्रसंगी मुखातील विडा चघळत बोलण्याची त्यांची लकब संभाषणात रंगत आणत असे.

मराठी भाषा हा भाऊसाहेबांच्या अभिमानाचा विषय होता. मराठी भाषेतून सर्व शिक्षण दिलं जाण्यासाठी 'मराठी विद्यापीठा'च्या कल्पनेचा त्यांनी हिरिरीने पुरस्कार केला होता. नागपूर विद्यापीठात त्यांनी तसा प्रयत्न आणि प्रयोगही केला. राज्य मराठी विकास संस्थेच्या हाती घेतलेल्या प्रकल्पाची माहिती मी त्यांना एका पत्रात दिली. त्याच्या उत्तरात त्यांनी मराठी भाषेच्या विकासासाठी संस्थेकडून भरीव कार्याची अपेक्षा केली होती. महानुभाव साहित्य संशोधनावरील लेखसंग्रहाचे खंड त्यांनी मला भेटीदाखल पाठवले होते आणि मी त्यावर 'नवभारत'मध्ये सविस्तर परीक्षण लिहिलं होतं. शिवाय त्यांच्या महानुभाव पंथ आणि वाङ्मयविषयक कार्यावर एक विस्तृत लेख लिहिला होता.

१९८४ च्या नागपूर भेटीत त्यांनी महाराष्ट्र राज्य साहित्य संस्कृती मंडळाने प्रसिद्ध केलेला आपला 'पंचोपाख्यान' हा ग्रंथ मला भेटीदाखल दिला. अत्यंत परिश्रमपूर्वक आणि साक्षेपपूर्वक हा ग्रंथ त्यांनी संपादित केला आहे. त्यावरील त्यांचं ठसठशीत अक्षर आणि दमदार स्वाक्षरी आजही माझ्या संग्रहात आहे. हा ग्रंथ प्राचीन मराठी हस्तलिखित संशोधनाचा आणि संपादनाचा एक आदर्श ठरावा.

भोपाळ येथील अखिल भारतीय मराठी साहित्य संमेलनाचे डॉ. वि. भि. कोलते हे अध्यक्ष होते. त्यांच्याविषयी पूर्वसंमेलनाध्यक्ष प्रा. वा. ल. कुलकर्णी यांनी काढलेले उद्‌गार मला या क्षणी आठवतात. ते म्हणाले होते, "काही संशोधक 'पाठार्थी' तर काही 'पोटार्थी' असतात. डॉ. कोलते हे पहिल्या प्रकारचे श्रेष्ठ संशोधक आहेत." अर्थप्राप्तीसाठी जुन्या वाङ्मयाच्या संपादित आवृत्ती काढणाऱ्यांच्या वणिक् वृत्तीवर त्यांचा रोख होता. डॉ. कोलते हे ज्ञानोपासना आणि निर्भेळ आनंद यांच्या प्राप्तीसाठी पाठसंशोधनाचे डोंगर उपसत होते. विविध भाषांचा त्यांचा उत्तम अभ्यास होता आणि संशोधनासाठी कठोर परिश्रम करण्याची त्यांची वृत्ती होती. नवे निष्कर्ष काढण्याची क्षमता त्यांच्या ठिकाणी होती. पूर्व संशोधनाचा धांडोळा घेत, त्यातील गुणदोषांची चिकित्सा करीत नवसिद्धान्त प्रतिपादनाची त्यांची पद्धत होती. 'पाठ चिकित्से'वरील त्यांचा अनुभवसिद्ध लेख मी संपादित केलेल्या 'भाषा व साहित्य : संशोधन' या ग्रंथांच्या पहिल्या खंडात समाविष्ट करण्यात आला आहे.

'पाठचिकित्सा' आणि 'संहिता संपादन पद्धती' या दृष्टीने डॉ. कोलते यांनी संपादित केलेले खळेबासकृत 'सह्याद्री वर्णन', म्हाइंभट संकलित 'लीळाचरित्र' आणि 'पंचोपाख्यान' हे तीन ग्रंथ महत्त्वाचे आहेत. म्हाइंभट हा 'लीळाचरित्रा'चा लेखक किंवा संपादक नसून संकलक आहे, हे माझं 'महानुभाव संत' या पुस्तकातील मत त्यांनी स्वीकारलं होतं.

डॉ. कोलते हे महानुभाव साहित्य संशोधक म्हणून ख्यातकीर्त असले, तरी कवी, समीक्षक म्हणूनही त्यांचं लेखन वैशिष्ट्यपूर्ण ठरलं आहे. १९३५ मध्ये 'उद्धवगीता' हे भास्करभट बोरीकर यांचं काव्य त्यांनी संपादित केलं. हे त्यांचं अशा तऱ्हेचं पहिलं संपादन होतं.

त्याला पंथातील आणि पंथाबाहेरील अभ्यासकांकडून उत्तम प्रतिसाद मिळाला. यामुळे उमेद प्राप्त होऊन त्यांनी महानुभाव पंथातील महत्त्वपूर्ण ग्रंथांची उत्तमोत्तम संपादनं केली. महानुभाव पंथीयांनी त्यांच्या या ग्रंथांना अधिकृत मान्यता देऊन 'विद्यारत्न' ही बहुगुणाची पदवीही त्यांना बहाल केली.

या सर्व ग्रंथांत त्यांनी अपार कष्ट घेऊन सिद्ध केलेला ग्रंथ म्हणजे 'लीळाचरित्र' हा होय. तो त्यांच्या आनंदाचा, अभिमानाचा आणि प्रतिष्ठेचा विषय होता. या संपादित आवृत्तीत प्रचलित 'लीळाचरित्रा'त त्यांनी सैह्याद्रलीळा, द्वारावतीच्या लीळा, अज्ञात चरित्रे, अज्ञात लीळांचे आणि वचनांचे, दृष्टातांचे पुनर्स्थापन केले. तथापि, त्यांचं हे संपादनाचं धोरण काही महानुभाव पंथीयांना अमान्य झालं आणि त्यांच्या प्रक्षोभाच्या परिणामस्वरूपात त्या ग्रंथावर आता बंदी घालण्यात आली आहे. नामदेवांच्या अभंगगाथांचे संपादन करताना, शासननियुक्त संपादन समितीला नामदेवभक्तांच्या भावना विचारात घ्याव्या लागल्या होत्या. डॉ. भाऊसाहेब कोलते यांना वार्धक्यात कोर्टकचेऱ्या कराव्या लागल्या, मनस्ताप झाला आणि त्यांनी आयुष्यभर केलेली तपश्चर्या आणि महानुभाव वाङ्मयसेवा विस्मरणात गेली. हे सर्व त्यांना टाळता आलं नसतं का? हे सर्व वादळ उठलं असतानाही आत्मचरित्रासारखं प्रचंड लेखन ते करीत राहिले. ते आपल्या भूमिकेवर अविचल असले, तरी अंतर्यामी दुखावले होते. त्यांच्या साहित्य संभारात विवादास्पद लेखन बरंच आहे. त्याचा अनेकांनी प्रतिवादही केला आहे; पण 'लीळाचरित्र' ग्रंथाच्या त्यांच्या संपादनामुळे पंथीय पार्श्वभूमीवरील ग्रंथसंपादनाच्या संदर्भात आता अभ्यासक आणि संशोधक यांच्यापुढे प्रश्नचिन्ह निर्माण झालं आहे.

◆

डॉ. श्रीधर रंगनाथ कुलकर्णी

तपस्वी संशोधक

महाराष्ट्राबाहेर राहूनही आपल्या व्यासंगी संशोधनाने मराठी अभ्यासकांना आकृष्ट करणारे हैदराबादचे तपस्वी मराठी साहित्य संशोधक डॉ. श्रीधर रंगनाथ कुलकर्णी यांच्या वयास ८ डिसेंबर रोजी ८१ वर्षे पूर्ण झाली आहेत. या निमित्तानं आंध्र प्रदेश मराठी साहित्य परिषदेच्या वतीने ३ नोव्हेंबरला एक भव्य सत्कार समारंभ आयोजित करण्यात आला होता. याप्रसंगी डॉ. कुलकर्णी यांनी लिहिलेला 'नाथपंथीय ज्ञानेश्वर आणि वारकरी ज्ञानदेव' हा नवीन ग्रंथ प्रकाशित झाला आहे. त्यावेळी संत ज्ञानेश्वरांच्या संजीवन समाधीस सातशे वर्षं पूर्ण होत आहेत. हा एक अपूर्व योग यामुळे जुळून आला आहे.

स्वातंत्र्यसैनिक

डॉ. श्रीधर रंगनाथ कुलकर्णी यांचा जन्म दि. ८ डिसेंबर, १९१६ चा. स्वातंत्र्यपूर्व काळातील त्यांचं जीवन दारिद्र्याशी त्याचप्रमाणे इंग्रजी व निजाम राजवटीशी संघर्ष करण्यात गेलं. त्यासाठी वेगवेगळ्या ठिकाणी संघर्ष व तुरुंगवासही सोसावा लागला. त्यांना जिवंत किंवा मृत पकडून देणाऱ्या व्यक्तीस इंग्रज सरकारने एक हजार रुपयांचं बक्षीसही जाहीर केलं होतं. स्वातंत्र्यप्राप्तीनंतर मात्र श्रीधररावांनी राजकीय जीवनाचा त्याचप्रमाणे स्वातंत्र्यसैनिकाला मिळणाऱ्या सर्व सवलतींचा निःस्पृहपणे त्याग केला. मात्र, भारत सरकारने १९७६ मध्ये ताम्रपट देऊन त्यांच्या देशप्रेमाचा गौरव केला.

ही वाटचाल सुरू असतानाच त्यांची शैक्षणिक प्रगतीही सुरू होती. बी.ए. आणि एम.ए.च्या परीक्षेत त्यांनी प्रथम श्रेणीचं यश मिळवलं आणि 'नाथांचा भागवत धर्म' या विषयावर पीएच्.डी.साठी प्रबंध लिहून ते १९५७ मध्ये उस्मानिया विद्यापीठाचे मराठीचे पहिले पीएच्.डी. झाले.

मराठीचे प्राध्यापक

श्रीधररावांना स्वास्थ्य लाभलं

ते १९५१ मध्ये मराठीचे प्राध्यापक म्हणून उस्मानिया विद्यापीठात त्यांची नेमणूक झाली तेव्हा. १९६८ ते १९७७ पर्यंत उस्मानिया विद्यापीठातील मराठी विभागप्रमुख आणि प्रोफेसर म्हणून त्यांनी काम केलं. स्वतः श्रीधररावांचा पिंड संशोधकाचा असल्यानं आणि सतत अध्ययन, चिंतन आणि लेखन ही त्यांची प्रवृत्ती असल्यानं त्यांनी मराठी विभाग संशोधनानुवर्ती बनवला. तिथल्या हस्तलिखित संग्रहालयात उपलब्ध झालेल्या अनेक अप्रकाशित ग्रंथांचं त्यांनी स्वतः संशोधन आणि संपादन केलं. तसंच आपल्या विभागातील सहकाऱ्यांनाही त्यांनी अभ्यास, संशोधन करण्यास प्रवृत्त केलं. या सर्वांचं संशोधन 'मराठी स्वाध्याय संशोधन पत्रिका' हे उस्मानिया विद्यापीठाचं एकमेव आणि अद्वितीय असं वैशिष्ट्य ठरलं. डॉ. वि. भि. कोलते आणि श्री. ना. बनहट्टी यांसारख्या संशोधकांनी या पत्रिकेची प्रशंसा केली आहे. स्वतः श्रीधररावांचे 'नेमिनाथ भवांतर', 'बखर ब्राह्मणी बादशाहीची' 'अद्वैतामृत' यांसारखे संशोधित ग्रंथ त्यात प्रसिद्ध झाले आहेत. श्रीधररावांच्या या प्रकरणाचा लाभ घेऊन त्यांच्या विद्यार्थ्यांनी आणि सहकाऱ्यांनीही उत्तम प्रकारे संशोधन केलं. त्यात कै. डॉ. व. दा. कुलकर्णी, प्रा. मायाबाई सरदेसाई, डॉ. माणिक धनपलवार, डॉ. उषाताई जोशी या सुपरिचित व्यक्ती आहेत.

डॉ. श्रीधरराव कुलकर्णी यांनी प्रामुख्यानं संशोधनात्मक लेखन केलं असलं तरी त्यांनी बालवाङ्मय लिहिलं आणि नाट्यलेखनही केलं आहे. आकाशवाणीवर त्यांच्या संगीतिका प्रसारित झाल्या आहेत. शिवाय काही लघुकथा व ललित लेख यांचं लेखनही त्यांनी केलं आहे. मराठी, संस्कृत, इंग्रजी, हिंदी आणि उर्दू या सर्व भाषांवर त्यांचं प्रभुत्व असल्यानं त्यांचं लेखन बहुढंगी झालं आहे. प्रसिद्धी माध्यमं आणि प्रसिद्ध केंद्रं यांच्यापासून खूप दूर वास्तव्य असल्यामुळे त्यांची एकाकी वाटचाल सुरू राहिली; त्यामुळे त्यांना त्यांच्या आवडीच्या साहित्य, संगीत, इतिहास, भाषाव्यवहार आणि अन्य भाषा यांचा निवांतपणे व्यासंग करता आला आणि तोच त्यांच्या आनंदाचा मार्ग ठरला. स्वातंत्र्यपूर्व काळात पुण्यातील वास्तव्यात दैनिक 'लोकशक्ती'मध्ये सहसंपादक म्हणून काम करण्याची संधी त्यांना लाभली. गांधीयुगाचे भाष्यकार आणि थोर विचारवंत आचार्य शंकरराव दत्तात्रय जावडेकर

यांच्या प्रेरक सहवासात त्यांना नव्या जीवनदृष्टीचा लाभ झाला. त्यांच्याविषयीची कृतज्ञता म्हणून आपलं एक पुस्तक श्रीधररावांनी त्यांना अर्पण केलं आहे. याचा लाभ श्रीधररावांना असा झाला की, व्यासंगपूर्ण चिंतनातून निर्माण होणाऱ्या विचारांना शब्दरूप देण्यासाठी जी बैठक आवश्यक असते ती त्यांना लाभली; त्यामुळे सातत्यानं त्यांचं लेखनकार्य सुरू राहिलं. आजवर त्यांचे शेकडो शोधनिबंध आणि कित्येक ग्रंथ प्रसिद्ध झाले. 'नाथांचा भागवत धर्म', 'प्राचीन मराठी गद्य : प्रेरणा आणि परंपरा', 'ओवी ते लावणी', 'प्राचीन मराठी हस्तलिखिते : संशोधन व संपादन', 'शिवकालीन राजनीती आणि रणनीती', 'मध्ययुगीन मराठी साहित्य : एक पुनर्विचार', 'तेलंगणातील आरे मराठी समाज - भाषा व संस्कृती' यांसारख्या महत्त्वपूर्ण ग्रंथांचा त्यात समावेश करता येईल. या त्यांच्या ग्रंथांना न. चिं. केळकर पुरस्कार आणि महाराष्ट्र शासन पुरस्कार प्राप्त झाले आहेत. पुण्याच्या महाराष्ट्र साहित्य परिषदेकडून श्रेष्ठ संशोधक व साहित्यिक म्हणून मानचिन्ह व पुरस्कार देऊन त्यांचा गौरव करण्यात आला. दख्खनी भाषा हा त्यांच्या विशेष व्यासंगाचा विषय असून तद्विषयक त्यांचा एक ग्रंथही प्रकाशनाच्या मार्गावर आहे. याखेरीज आणखीही काही ग्रंथ प्रसिद्धीसाठी हस्तलिखित रूपात सिद्ध होत आहेत, तर आगामी ग्रंथांचे आराखडेसुद्धा त्यांच्यापुढे आहेत.

मध्ययुगीन मराठी साहित्य

'नाथांचा भागवत धर्म' या आपल्या प्रबंधात ऋग्वेदातील 'ऋत' संकल्पनेचाच पुरस्कार आणि आविष्कार एकनाथांनी आपल्या भागवतावरील ग्रंथात केला आहे; कर्मप्रधान भक्ती हे त्यांचे वैशिष्ट्य आहे. स्वकर्माच्या योगानं साधलेला विश्वोद्धार हाच नाथप्रणीत भागवत धर्माचा आत्मा आहे. हे सूत्र अनेक ग्रंथांचा आधार देत डॉ. कुलकर्णी यांनी स्पष्ट केलं आहे. मध्ययुगीन मराठी साहित्याचे अध्ययन आणि अध्यापन हा त्यांच्या व्यवसायाचा एक भाग असला तरी तद्विषयक त्यांचं सखोल वाचन, चिंतन आणि संशोधन गेली तीन ते चार तपं सुरू आहे. सुमारे सातशे वर्षांचा वाङ्मयीन कालपट त्यांच्या अंगोपांगासह डॉ. श्रीधरराव कुलकर्णी यांनी आपल्या चार ग्रंथांतून विस्तारानं मांडला

आहे. 'प्राचीन मराठी गद्य : प्रेरणा आणि परंपरा' या आपल्या या संदर्भातील पहिल्या ग्रंथात डॉ. कुलकर्णी यांनी प्राचीन मराठी गद्याचा प्रेरणास्त्रोत निश्चित करून कथाप्रधान साहित्य, चरित्रग्रंथ, बखर वाङ्मय, आज्ञापत्र आणि ऐतिहासिक पत्रव्यवहार अशा विविध रूपांत प्रकट होणाऱ्या गद्य आविष्काराचं स्वरूप उलगडून दाखवलं आहे. त्यांचा प्रत्येक ग्रंथ संपादनाच्या काटेकोर पद्धतीनं लिहिला गेला आहे. उपविषयांची विस्तृत अनुक्रमणिका, विपुल अवतरणं आणि संदर्भ टीका, त्या त्या प्रकरणांचे निष्कर्ष, एकूण ग्रंथाचा समारोप, पूरक परिशिष्टे, संदर्भ ग्रंथांची यादी, निर्देशसूची आणि नेटकी मांडणी हे सर्व विशेष त्यात दिसून येतात.

'ओवी ते लावणी' हा त्यांचा ग्रंथ मध्ययुगीन पद्य वाङ्मयाचे नवरूपदर्शन घडवतो. लौकिक प्रबंध, नागरपद आणि नाट्यप्रबंध अशा तीन विभागांत त्याची मांडणी करण्यात आली आहे. या सर्व काव्यप्रकारांचा उद्‌भव समाजप्रबोधनाच्या भूमिकेतून झाला आणि त्याला पोषक अशा संगीत पद्धतीचा अवलंब याच्या सामूहिक आवाहनामुळे त्या त्या वेळी करण्यात आला. विपुल संदर्भ, मर्मग्राही विवेचन आणि साहित्य-संगीतविषयक रसिक व डोळस दृष्टी यामुळे 'ओवी ते लावणी' हा ग्रंथ अभ्यसनीय व वाचनीय बनला आहे.

'शिवकालीन राजनीती व रणनीती' हा श्रीधररावांचा ग्रंथ रामचंद्रपंत अमात्यांच्या 'आज्ञापत्राच्या' अनुषंगानं लिहिण्यात आला आहे. या ग्रंथात शिवाजी महाराजांच्या राजनीतीला असलेला कौटिल्य अर्थशास्त्राचा भक्कम आधार, प्रधान मंडळ आणि राज्यव्यवहार, राज्याची बलस्थानं अशा विषयांच्या विवेचनात त्यांनी सुस्पष्टपणे दाखवला आहे. कालानुरूपानं या राजनीतींचं शिवरायांनी पुनरुज्जीवन केलं. अर्थशास्त्रातील कूटयुद्ध आणि मराठ्यांचं युद्धतंत्र यातील विलक्षण साम्य दर्शवीत असतानाच मराठ्यांच्या गनिमीकाव्याचं म्हणजेच रणनीतीचं वास्तव स्वरूप आणि त्याचा लावला गेलेला विपरीत अर्थ ते ध्यानी आणून देतात. मूळ 'आज्ञापत्राची' संहिता देताना त्याचे पाठभेदही ते आवर्जून देतात. हे त्यांच्या संपादन धोरणास धरूनच आहे.

या मालिकेतील डॉ. कुलकर्णी यांचा चौथा ग्रंथ म्हणजे 'मध्ययुगीन मराठी साहित्य : एक पुनर्विचार' हा होय. राजसत्तेचा साहित्य

निर्मितीवरील प्रभाव स्पष्ट होण्यासाठी ते मध्ययुगीन राजकीय इतिहासाची मांडणी करतात. संस्कृतीचे अभिसरण आणि साहित्याचा प्रसार महाराष्ट्रामध्ये व्यासपीठ, रंगपीठ आणि लोकपीठ यांद्वारे घडला. या पीठांद्वारे साकार झालेल्या मराठी वाङ्मय प्रकाराचे स्वरूप त्यांनी सूक्ष्मपणे उकलले आहे. त्याचबरोबर दक्षिणेतील आख्यानाचं मराठी कवींकडून झालेलं अनुसरण आणि महाराष्ट्रातील 'कीर्तन' परंपरेचा दक्षिणेतील 'निरूपण' किंवा 'हरिकथाकालक्षेपमु' हा आविष्कार यांचं सांस्कृतिक आदान-प्रदानही स्पष्ट केलं आहे. मध्ययुगीन मराठी साहित्यातील वाङ्मयीन आकृतिबंधाचा विचार या चार ग्रंथांतून करीत असताना त्यामध्ये मागील-पुढील भागांतील संदर्भ येत राहतात आणि त्यामुळे या चारही ग्रंथांच्या विचारामागील वैचारिक बैठकीचं सूत्र समान असल्याचं लक्षात येतं. अशा प्रकारे मध्ययुगीन मराठी साहित्यातील आंगोपांगाचा तपशीलवार तसेच ऐतिहासिक आणि सांगीतिक अंगांनी घेतलेला परामर्श डॉ. कुलकर्णी यांच्या या प्रदीर्घ प्रबंधातून प्रथमच घेतला गेला आहे.

'आरे मराठा समाज', 'भाषा आणि संस्कृती' या ग्रंथांत मध्ययुगीन राजवटीत आंध्रप्रदेशात स्थिरावलेल्या मराठी कुटुंबाची समाजशास्त्रीय आणि भाषा वैज्ञानिक दृष्टिकोनातून केलेली पाहणी आहे. इतस्ततः विखुरलेल्या, मूळ मराठी पण आता तेलुगू संस्कृतीत रुळलेल्या मराठी माणसांचा शोध, त्यांची भाषा, कला, संस्कृती यांचं त्यांच्या सहवासात राहून केलेलं निरीक्षण आणि त्यातून हाती आलेलं भाविक आणि सांस्कृतिक धन यांची मांडणी प्रस्तुत ग्रंथांमध्ये डॉ. कुलकर्णी यांनी केली आहे. सेवानिवृत्तीनंतर जिद्दीनं आणि परिश्रमपूर्वक या प्रबंधाची मांडणी त्यांनी केली. ती त्यांच्या ज्ञानैकनिष्ठ आणि तपस्वाध्यायनिरत स्वभावाची द्योतकच आहे.

संशोधन व संपादन

आयुर्वेद आणि संगीत हे कुलकर्णी यांच्या आवडीचे व अभ्यासाचे विषय आहेत. 'रसकौमुदी' हा आयुर्वेदावरील विठ्ठल गलंड याने शके १२२२ मध्ये लिहिलेला ग्रंथ श्रीधररावांनी प्रथमच प्रकाशात आणला. शके १९५६ मध्ये त्यांना उपलब्ध झालेलं या ग्रंथाचं हस्तलिखित हे मराठीतील आजतरी प्राचीनतम हस्तलिखित आहे. 'संगीत दर्पण' या

ग्रंथाचंही त्यांनी संपादन केलं आहे. प्राचीन मराठी हस्तलिखितांचं संशोधन व संपादन या विषयांत डॉ. श्रीधरराव कुलकर्णी यांचा अधिकार मोठा आहे. प्राचीन मराठी हस्तलिखितांच्या संपादन व संशोधनाविषयी त्यांनी स्वतंत्र ग्रंथही लिहिला आहे. तथापि, डॉ. कोलते किंवा बनहट्टी यांच्या संशोधनाविषयी ते अत्यंत गौरवानं आणि विनयानं लिहितात. महाराष्ट्र शासनानं प्रसिद्ध केलेल्या एकनाथकृत 'भावार्थ रामायणाचे दोन भाग' हे श्रीधररावांच्या संशोधन पद्धतीचा आदर्श (इतरांच्या सहकार्याने) म्हणून सांगता येतील. त्या ग्रंथांच्या त्यांनी मिळविलेल्या हस्तलिखित प्रती, त्यांचा परिचय, त्यातील पाठभेद, त्यातून झालेली संहितानिश्चिती, त्यासाठी करावा लागलेला प्रचंड उद्योग आणि अथक परिश्रमशीलता या सर्वांचं दर्शन त्यात घडतं.

डॉ. श्रीधररावांचं लेखन अनाग्रही पण साधार आणि विपुल संदर्भयुक्त असं असतं. साहित्य, संगीत, नाट्य, नृत्य, ऋग्वेद, शेरोशायरी यांच्या व्यासंगामुळे त्यांच्या लेखनाला अनेकांगी परिमाण लाभले आहे. त्यांच्या साहित्य - संशोधनात त्यांनी रसिकतेने घेतलेला साहित्याचा आस्वाद प्रत्ययास येतो. त्यांचे लेखन संशोधनात्मक असले तरी त्यात रुक्षता नाही किंवा रसिकतेमुळे मूळ आशय शबलितही होत नाही. लालित्य आणि पांडित्य यांचा सुरेख संगम त्यांच्या लेखनात झाला आहे. 'नवरात्र संपले' हे स्वातंत्र्यलढ्यातील त्यांच्या सहभागाविषयीचं आत्मकथन अत्यंत प्रवाही व आकर्षक शैलीनं वाचनीय झालं आहे. श्रीधररावांच्या लेखनाची ही दोन अंगं त्यांच्या व्यक्तिमत्त्वाचीच प्रतीक रूपं आहेत. वैचारिक क्षेत्रात ते परखडपणे लिहितील व बोलतील आणि तशाच परखड प्रतिक्रियेची अपेक्षाही करतील. मात्र, व्यक्ती म्हणून त्यांचा दिलखुलासपणा, रसिकता आणि काव्यशास्त्रविनोदात रंगणारी त्यांची वृत्ती वयातील अंतर केव्हाच कमी करते आणि एका उबदार स्नेहाच्या पातळीवर घेऊन जाते.

डॉ. श्रीधरराव कुलकर्णी यांच्यासारख्या तपस्वी संशोधकाचं कार्य नव्या पिढीतील संशोधकांचं प्रेरणास्थान बनू शकतं.

◆

प्राचार्य राम शेवाळकर

ते सर्वाही सदा सज्जन

सुप्रसिद्ध साहित्यिक आणि वक्ते प्राचार्य राम शेवाळकर यांचं दि. ३ मे रोजी नागपूर येथे हृदयविकारानं आकस्मिक निधन झालं. सामाजिक, साहित्यिक आणि एकूणच महाराष्ट्राच्या सांस्कृतिक क्षेत्रातील एक प्रेमळ, हळवं तसेच प्रसंगी कणखर, सडेतोड असं व्यक्तिमत्त्व नाहीसं झालं. साहित्यिकांच्या आविष्कार- स्वातंत्र्यासाठी आपले विचार खंबीरपणे आणि स्पष्टपणे मांडणारे ते एकमेव मराठी साहित्यिक होत. वाणी आणि लेखणी या दोहोंवर त्यांचं प्रभुत्व होतं. ते संस्कृत आणि मराठी भाषांचा प्रभावीपणे उपयोग करीत. त्यांचं साहित्य आणि वक्तृत्व दोन्ही ओजस्वी असे.

कै. नानासाहेबांची आणि माझी ओळख यवतमाळ येथे १९७३मध्ये कै. ग. दि. माडगूळकर यांच्या अध्यक्षतेखाली झालेल्या मराठी साहित्य संमेलनात झाली. मुख्यमंत्री वसंतराव नाईक स्वागताध्यक्ष आणि केंद्रीय मंत्री यशवंतराव चव्हाण उद्घाटक होते. या संमेलनाचं सर्व सूत्रसंचालन प्राचार्य राम शेवाळकर यांच्याकडे होतं. आम्हा महाराष्ट्र साहित्य परिषदेच्या कार्यकारी मंडळाच्या सदस्यांची व्यवस्था संमेलनस्थळा जवळच्या खोल्यांतून करण्यात आली होती.

एका खोलीत मी आणि कवीवर्य प्रा. कृ. ब. निकुंब उतरलो होतो. प्राचार्य शेवाळकरांनी त्या खोलीत येऊन आमची ओळख करून घेतली आणि आपल्या वैदर्भी अगत्याचा प्रत्यय दिला. मी १९७३ ते १९८८ पर्यंत महाराष्ट्र साहित्य परिषदेच्या कार्यकारी मंडळाचा सभासद होतो. प्राचार्य शेवाळकर विविध बैठका, सभा, संमेलने इत्यादी कार्यक्रमांसाठी पुण्यात येत. त्यावेळी त्यांची भेट व बोलणं होई. परिषदेच्या अतिथीगृहात एकच स्नानगृह आहे. शेवाळकरांना सकाळी कामासाठी लवकर बाहेर जायचं असे; पण एकच स्नानगृहामुळे ते अवघड व्हायचं; त्यामुळे शेवाळकर रात्रीच दाढी वगैरे उरकत.

वेगवेगळ्या निमित्तानं वाईसही त्यांचं येणं व्हायचं. त्यांच्या अशाच एका मुक्कामात कार्यकर्त्यांनी अकस्मात त्यांना व्याख्यान देण्याची विनंती केली. व्याख्यान किंवा पुस्तकाला प्रस्तावना देण्यास ते आनंदानं तयार असत. व्याख्यान सायंकाळी लो. टिळक ग्रंथसंग्रहालयात होतं. तेथे मी गेलो. शेवाळकर थोडा वेळ आधी येऊन माझ्याजवळ बसले. मी त्यांना विचारलं, "नानासाहेब, आज कोणत्या विषयावर बोलणार आहात?" ते लगेच म्हणाले, "वसंतराव, व्यासपीठावर चढत असताना तुम्ही फक्त माझ्या कानात विषय सांगायचा. मी बोलेन." त्यांचा हा आत्मविश्वास स्तिमित करणारा होता.

मी हैदराबादला माझा मित्र कै. राम कुलकर्णी याच्याकडे जात असे. त्यामुळे आंध्रप्रदेश मराठी साहित्य परिषदेचे अध्यक्ष प्रा. द. पं. जोशी यांचा परिचय झाला. त्याचं पुढे दाट स्नेहात रूपांतर झालं. हैदराबादमध्ये एकदा काही निमित्तानं जमलेल्या प्राचार्य शेवाळकर, प्रा. भगवंत देशमुख, यशवंत कानिटकर इत्यादी साहित्यिकांना द. पं. जोशींनी चहापानासाठी आपल्या घरी बोलावलं होतं. त्या वेळी मी हैदराबादमध्ये असल्यानं मीही त्यावेळी उपस्थित होतो. अल्पोपाहारासोबत गप्पा, चर्चा रंगल्या होत्या. मी जायला निघालो, त्या वेळी शेवाळकर म्हणाले, 'वसंतराव, थोडं थांबा.' मी थांबलो.

शेवाळकर माझ्याजवळ येऊन मला वाकून नमस्कार करू लागले. मी भांबावून चटदिशी मागे सरकलो आणि म्हटलं, 'अहो नानासाहेब, हे काय करताय?' तेव्हा ते म्हणाले, 'वसंतराव, मला माहीत आहे, तुम्ही माझ्यापेक्षा एक वर्षानं वडील आहात.' मी म्हटलं, 'वय वाढलं तरी नमस्कार करण्याएवढी माझी पात्रता वाढली असं नाही.' तरी पण त्यांनी नमस्कार केलाच आणि मी पार संकोचून गेलो. त्यांच्या निधनानंतर नागपूरचे डॉ. आयाचित यांचं दै. 'सकाळ'मध्ये एक पत्र प्रसिद्ध झालं. त्यात त्यांनीही आपला असाच अनुभव दिला आहे. त्यावरून त्यांचा हा खोटा विनय नव्हता, तर ती अंगभूत नम्रताच होती हे जाणवलं.

आमचं वास्तव्य कोल्हापुरात असताना काही कार्यक्रमासाठी प्राचार्य शेवाळकर तेथे आले होते. त्यांचा मुक्काम हॉटेल 'ओपल'मध्ये होता. दुपारी चारच्या सुमारास मी त्यांना फोन केला. अनेक मराठी साहित्यिकांच्या

हस्ताक्षरांचा प्रचंड संग्रह करणारे श्री. राम देशपांडे नेहमी त्यांच्यासमवेत असत; त्यांनी फोन घेतला. मी म्हटलं, 'नानासाहेबांचा आता काय कार्यक्रम आहे? ते माझ्याकडे येऊ शकतील का?' यावर देशपांडे म्हणाले, 'न्यू पॅलेसवर म्युझिअम पाहायला जायचं ठरलं आहे; त्यामुळे जमणार नाही.'

मी स्तब्ध झालो. थोड्या वेळात राम देशपांडे यांचाच फोन आला. 'नानासाहेब तुमच्याकडे येत आहेत.' थोड्याच वेळात ते माझ्या घरी आले. तास-दोन तास छान गप्पा झाल्या. मला व सौ. साधनाला खूप समाधान वाटलं. हा माणूसप्रेमी साहित्यिक माणसांत रमणारा, त्यासाठी अन्य गोष्ट गौण मानणारा. ही त्यांची आपुलकी आमच्या अंतःकरणात चांगलीच ठसली. याच भेटीत त्यांनी माझ्या पुस्तकांच्या कपाटातील कै. ल. रा. पांगारकर यांनी संपादित केलेली 'एकनाथी भागवता'ची प्रत (निर्णयसागर प्रेस, १९२९) पाहिली. या प्रतीमध्ये वेंगुर्ल्याच्या गणेश काळबा गाडेकर नावाच्या गृहस्थांनी तयार केलेली २८ पृष्ठांची सविस्तर विषयानुक्रमणिका आहे. तिची झेरॉक्स प्रत शेवाळकरांना हवी होती. ते निघण्यापूर्वी मी प्रत काढून त्यांना दिली. त्यांनी 'किती खर्च आला' असं मला विचारलं. 'तुमच्या नागपूरच्या पत्त्यावर बिल पाठवितो' असं मी म्हटल्यानंतर ते हसले.

'पुढची आठवण आहे ती १९९४ मध्ये पणजी येथे भरलेल्या अखिल भारतीय मराठी साहित्य संमेलनाची. यावेळी प्रा. शेवाळकर यांची बिनबिरोध निवड झाली होती. कोल्हापूरच्या दै. 'सकाळ'मध्ये मी त्यांच्याविषयी 'एका अविरोधाची निवड' या शीर्षकाचा लेख लिहिला होता आणि संमेलनास मी व माझी पत्नी सौ. साधना उपस्थित होतो. पेडण्याचे माझे साडू श्री. गोविंदराव आणि मेहुणी सौ. उषाही आमच्यासोबत आले होते. संमेलनाचं उद्‌घाटन सुप्रसिद्ध कन्नड साहित्यिक श्री. एस. एल. भैरप्पा यांच्या हस्ते झालं. समारोपाच्या दिवशी सुप्रसिद्ध कवयित्री इंदिरा संत, तर्कतीर्थ लक्ष्मणशास्त्री जोशी आणि 'कॉन्टिनेन्टल' प्रकाशन संस्थेचे श्री. अनंतराव कुलकर्णी या तिघांचा सत्कार व्हायचा होता.

आम्ही प्रेक्षकांमध्ये पुढील रांगेत बसलो होतो. एवढ्यात पुण्याच्या महाराष्ट्र साहित्य परिषदेचे कार्याध्यक्ष डॉ. गं. ना. जोगळेकर घाईघाईनं

माझ्याजवळ आले आणि म्हणाले, 'वसंतराव, चला उठा. तुम्हाला मा. शास्त्रीजींचा परिचय करून द्यायचा आहे.' मी वाईच्या दुसऱ्या गृहस्थांचं नाव सुचवून म्हटलं, 'अहो, ते आहेत ना?'

यावर मिस्कीलपणे हसत डॉ. जोगळेकर म्हणाले, 'म्हणूनच म्हणतोय, तुम्ही चला.' शेवटी त्यांच्यासोबत मी व्यासपीठावर गेलो. प्रा. शंकर वैद्य हे श्रीमती इंदिरा संत यांचा परिचय करून देत होते. तेवढ्या वेळात मी शास्त्रीजींविषयीचे मुद्दे तयार केले. त्यांचा परिचय करून देताना मी त्यांच्या बहुविध कर्तृत्वाची ओळख करून दिली आणि व्यक्ती म्हणून त्यांच्याविषयी बोलताना म्हटलं, 'शास्त्रीजी प्रकांड पंडित म्हणून विख्यात आहेत. त्यांच्याविषयी सर्वांच्या मनात आदर आहे. त्यांची बुद्धिमत्ता प्रखर असली तरी, वैयक्तिक जीवनात त्यांचा सहवास चांदण्यासारखा सुखद असतो.'

हे सांगताना ज्ञानेश्वरांच्या 'पसायदाना'तील 'मार्तंड जे तापहीन' या चरणाचा उल्लेख केला. शेवटी समारोपाच्या आपल्या अध्यक्षीय भाषणात माझ्या या ओवींचा उल्लेख करून प्राचार्य शेवाळकर म्हणाले, 'आता मा. शास्त्रीजींचा परिचय करून देताना वसंतराव जोशी यांनी ज्ञानेश्वरीच्या 'पसायदाना'तील ओवींतील एकाच चरणाचा उल्लेख केला; पण ती संपूर्ण ओवी अशी आहे, 'चंद्रमे जे अलांच्छन' असं म्हणून त्यांनी इंदिरा संतांकडे, 'मार्तंड जे तापहीन' म्हणून तर्कतीर्थांकडे आणि 'जे सर्वांही सदा सज्जन । सोयरे होतु' असं म्हणून अनंतराव कुलकर्णी यांच्याकडं असा प्रत्येकाकडे हात केला. शेवाळकरांनी केलेला हा औचित्यपूर्ण समारोप सर्वांना खूप आवडला. हशांनी आणि टाळ्या वाजवून समाजानं त्यांना प्रचंड प्रतिसाद दिला. दुसऱ्या दिवशी अनेक वृत्तपत्रांतून हा प्रसंग चौकटीतील बातमी झालेला दिसला.

पुढे जळगावच्या जिल्हा बँकेच्या सभागृहात प्राचार्य शेवाळकर यांचं व्याख्यान असल्याचं वृत्तपत्रांत वाचलं. त्यावेळी मी जळगावात माझ्या मुलीकडे होतो. अलीकडेच शेवाळकरांची हृदय शस्त्रक्रिया झाली होती; त्यामुळे माझ्या मनात नवल आणि काळजी होती. शेवाळकरांचं भाषण नेहमीच्या ढंगात, तडफेने झालं. ते संपल्यानंतर मी त्यांना व्यासपीठावर जाऊन भेटलो आणि म्हटलं,

'नानासाहेब, अलीकडेच तुमच्यावर शस्त्रक्रिया झाली असताना

व्याख्यानाच्या दौऱ्याचा ताण का घेतलात?' ते म्हणाले, 'पुरेशी विश्रांती झाल्यानंतर एके ठिकाणी राहणं मला बेचैन करू लागतं. व्याख्यानं देणं, श्रोत्यांचा उत्स्फूर्त प्रतिसाद ऐकणं हे माझं खरं टॉनिक आहे. शिवाय माझी पत्नीही सोबत आहे. ती माझी सर्व काळजी घेते. त्यांच्याशी बोलत दरवाजापर्यंत गेलो. ते गाडीत बसल्यानंतरच अस्वस्थपणे परतलो; परंतु त्यांचे दौरे अखंडपणे दहा-पंधरा वर्षं चालत राहिले आणि अखेर ३ मे, २००९ रोजी त्यांचा हा प्रवास कायमचा थांबला.

त्यांची अखेरची भेट ते गेल्या वर्षी पुण्यात 'प्रसाद प्रकाशन' आणि 'व्हिनस प्रकाशन' या नामवंत प्रकाशन संस्थांच्या महोत्सवी कार्यक्रमांचे अध्यक्ष म्हणून आले असताना झाली. 'प्रसाद प्रकाशन'ची पुस्तके सवलतीत खरेदी करण्यासाठी कूपन तयार करण्यात आली होती. 'प्रसाद'चे बापूसाहेब जोशी हे नानासाहेबांना कूपन्सचं पुस्तक देऊ लागताच त्यांनी खिशातून त्या रकमेची नोट त्यावर ठेवून त्याचा स्वीकार केला, याची साऱ्यांनाच गंमत वाटली. या दोन्ही संस्थांनी त्यांची पुस्तके प्रकाशित केली. 'व्हिनस'ने त्यांच्या कवितांचा 'असोशी' हा संग्रह प्रसिद्ध केला होता. अन्य प्रकाशित पुस्तकांसोबत हा संग्रहही त्यावेळी पाहता आला.

आयुष्याच्या अखेरच्या काळात प्राचार्य शेवाळकरांनी 'पाणीयावरी मकरी' हे आत्मचरित्र लिहिलं. पाण्यावर काढलेलं चित्र जसं क्षणार्धात नाहीसं होतं तशा आपल्या आयुष्यातील घटना आहेत, असं त्यांना सुचवायचं असावं. आयुष्य अशाश्वत असलं तरी चाहत्यांच्या मनात त्यांच्या स्मृती चिरंतन राहतील.

◆

श्री. स. कृ. तथा भाऊसाहेब पाध्ये

प्रकाशन ही भावजीवनाची संजीवनी

१९६२ मध्ये माझी व व्हिनस प्रकाशनचे श्री. स. कृ. तथा भाऊसाहेब पाध्ये यांची भेट झाली. या भेटीतून निर्माण झालेले संबंध आज तीस वर्षांनंतरही दृढ स्वरूपाचे राहिले आहेत. श्री. भाऊसाहेब पाध्ये यांनी माझी एक-दोन पुस्तके प्रकाशित केली; पण व्यक्तिगत जिव्हाळ्यामुळे आमचे संबंध स्नेहाच्या स्वरूपात सतत टिकले आणि वाढत राहिले.

त्या वेळी मी निपाणीला होतो. एकनाथांच्या भावार्थ रामायणाचं हस्तलिखित मला उपलब्ध झालं होतं आणि त्यात असणारं मुक्तेश्वराचं 'उत्तराकांड' संपूर्णतः अप्रकाशित होतं. त्याविषयी मी लिहिलेले एक-दोन लेख 'लोकसत्ता' आणि 'महाराष्ट्र साहित्य पत्रिका' या नियतकालिकांतून प्रसिद्ध झाले होते. मूळ संहिता, शब्दकोश आणि विस्तृत प्रस्तावना अशा स्वरूपात मी ते 'उत्तराकांड' संशोधित व संपादित केलं आणि ते प्रकाशित होण्यासाठी प्रयत्न करू लागलो.

१९६२ मध्ये एके दिवशी मी पुण्यात 'व्हिनस प्रकाशन'च्या गुप्ते वाड्यातील (४१०, शनिवार पेठ) कार्यालयात दाखल झालो. आधी पत्रव्यवहार झालेला होताच. सकाळी दहाची वेळ असावी. श्री. भाऊसाहेब अद्याप यायचे होते. कार्यालयाची खोली मला नेटकी व निर्मळ वाटली. श्री. पानसे आणि कार्यालयातील अन्य मंडळी आली होती. थोड्या वेळात श्री. भाऊसाहेब आले आणि आपल्या खोलीत गेले. कार्यालयीन कामकाजाची चर्चा झाल्यानंतर भाऊसाहेबांनी मला आत बोलावलं आणि प्रसन्न मुद्रेनं माझं स्वागत केलं. भाऊसाहेबांच्या व्यक्तिमत्त्वाचा ठसा त्यांच्या कार्यालयावर उमटला जातो. निरीक्षण करताना श्री. भाऊसाहेब बसले होते त्या खुर्चीच्या मागील भिंतीवर दोन ओळींचा इंग्लिश भाषेतील एक फलक मला दिसला. त्यावर लिहिले होते,

'Don't give promises that
you cannot keep'

आणि त्याच वेळी माझ्या लक्षात आले की, आपल्याला येथे स्पष्ट उत्तर आणि चोख व्यवहाराची अपेक्षा करायला हरकत नाही. निदान फसवणूक तरी होणार नाही याची ग्वाही ते वाक्य मला देत होतं. भाऊसाहेबांनी थोडा वेळ ते हस्तलिखित बाजूला ठेवलं आणि मला ते म्हणाले, ‘‘जोशी, तुमचं हस्तलिखित माझ्याजवळ राहू दे. माझा निर्णय काही दिवसांनी मी तुम्हाला कळवीन. चालेल ना?’’ मला हे उत्तरही आनंददायक होतं. मी होकार दिला. दरम्यान, चहा आला होता. चहा घेताघेता भाऊसाहेबांनी माझ्याविषयी बरीच माहिती करून घेतली. स्वतःची संस्था व आपलं धोरण यांची कल्पनाही दिली. या पहिल्या भेटीतील ‘पाध्ये’ आणि ‘जोशी’ ही उपनामे बाजूला पडून त्याचं रूपांतर पुढे ‘भाऊसाहेब’ आणि ‘वसंतराव’ या नावात कधी झालं, याची कल्पनाही आली नाही. आज आम्हा उभयतांतील जिव्हाळा या नावांतच सामावलेला आहे.

काही दिवसांनी भाऊसाहेबांचं पत्र आलं. त्यांनी पुस्तक प्रकाशनासाठी स्वीकारलं होतं. सोबत करारपत्र होते. ते सही करून त्यांच्याकडे पाठवलं. पुढे यथावकाश कच्ची मुद्रितं येऊ लागली. मी ती तपासून पाठवू लागलो. तत्परतेनं होणारा पत्रव्यवहार आणि कामाचा उरक यांची जाणीव मला या निमित्तानं झाली. योगायोगानं हे ‘व्हिनस प्रकाशन’चं रौप्यमहोत्सवी वर्ष होतं. या महोत्सवी वर्षातील प्रकाशन म्हणून माझं मुक्तेश्वरकृत भावार्थ रामायण : ‘उत्तराकांड’ हे पहिलं पुस्तक ‘व्हिनस प्रकाशन’ या प्रतिष्ठित नाममुद्रेनं प्रकाशित व्हावं, हा माझ्या आयुष्यातील अपूर्व, आनंददायक आणि संस्मरणीय अनुभव होता.

या रौप्यमहोत्सवाचा सोहळा दि. ७ ते १० मार्च १९६३ या चार दिवसांत थाटानं साजरा झाला. श्री. भाऊसाहेबांनी बांधलेली ३८१ क, शनिवारमधील पाचमजली ‘तपश्चर्या’ ही वास्तू याच वेळी तयार झाली होती. तिचं उद्घाटन भारताचे त्यावेळचे सरन्यायाधीश कै. प्र. ब. गजेंद्रगडकर यांच्या हस्ते दि. १० मार्च, १९६३ रोजी करण्यात आलं. रौप्यमहोत्सवाच्या निमित्तानं ‘व्हिनस प्रकाशनाच्या’ सर्व लेखकांना आमंत्रण होतं. या सोहळ्यात सहभागी होण्यासाठी मी मुद्दाम पुण्यास गेलो. परगावच्या लेखकांच्या निवास-भोजनाची व्यवस्था जोशी-दामले

मंगल कार्यालयात उत्तम प्रकारे केली होती. दिवंगत देवदत्त नारायण टिळक आणि मी एका खोलीत होतो.

जुन्या पिढीतील 'रामतनय' (गं. रा. वाळिंबे), सौ. यमुना शेवडे, प्रा. म. वि. फाटक, प्रा. म. ना. अदवंत, प्रा. श्री. म. पिंगे, श्रीपाद जोशी, डॉ. प्र. न. जोशी, प्रा. अ. म. जोशी, प्रा. रा. श्री. जोग आदी अनेक साहित्यिकांच्या परिचयाचा व सहवासाचा लाभ मला झाला. समारंभाचे प्रमुख पाहुणे न्यायमूर्ती गजेंद्रगडकर होते. दि. ७ मार्चला श्री. पु. य. देशपांडे यांचं 'ज्ञानदेवांची शब्दमीमांसा' आणि दि. ८ मार्चला प्रा. ना. सी. फडके यांचं 'साहित्य क्षेत्रातील गुन्हेगार व फौजदार' या विषयांवर भाषणे झाली. दि. ९ मार्च रोजी 'ललित साहित्याचा दर्जा खालावत आहे काय?' या विषयावर एक परिसंवाद आयोजित करण्यात आला होता. प्रा. वा. ल. कुलकर्णी अध्यक्ष होते. प्रा. वा. ल. कुलकर्णी, प्रा. अदवंत, प्रा. भीमराव कुलकर्णी, प्रा. ज. के. रानडे, प्रा. अरविंद कुलकर्णी यांचा त्यात सहभाग होता.

हे व्याख्यान, परिसंवादाचे कार्यक्रम सायंकाळी टिळक रोडवरील न्यू इंग्लिश स्कूलच्या प्रांगणात व्हायचे. शेवटच्या दिवशी दि. १० मार्चला सकाळी न्यायमूर्ती गजेंद्रगडकर यांच्या हस्ते 'तपश्चर्या' या इमारतीचं उद्घाटन झालं. साहित्यिकांनी, चाहत्यांनी सारी इमारत आनंदानं, कौतुकानं पाहिली आणि भाऊसाहेबांची तपश्चर्या फळास आल्याची दाद दिली. संध्याकाळच्या समारंभात समारोप झाला. दरम्यान, सकाळी 'व्हिनस'च्या लेखकांचं संमेलन झालं. बऱ्याचजणांनी आपलं भावपूर्ण हृद्गत व्यक्त केलं. भाऊसाहेबांनी आपल्या लेखकांना म. म. दत्तो वामन पोतदार यांच्या हस्ते एकेक फाउंटन पेन भेट म्हणून दिले. त्यावेळी पोतदारांचं छोटं पण खुमासदार भाषण झालं. सुग्रास भोजनाची व्यवस्थाही होती.

हे चार दिवस माझ्या कायम स्मरणात राहण्यासारखे झाले. अनेक मान्यवर साहित्यिकांचा प्रत्यक्ष परिचय झाला. सहवास लाभला. उत्तमोत्तम भाषणं, विचार ऐकावयास मिळाले. सुरेख संयोजनाचा आणि भाऊसाहेबांच्या कर्तृत्वसंपन्न व्यक्तिमत्त्वाचा प्रत्यय आला. या निमित्तानं पुण्याच्या साहित्यिक विश्वात वावरण्याचं भाग्य व धैर्य मला लाभलं.

यापुढील काळात वेगवेगळ्या कारणांनी माझा व श्री. भाऊसाहेबांचा

सतत पत्रव्यवहार होत राहिला. १९६५ मध्ये मी वाईला गेल्यानंतर माझं पुण्यास जाणं-येणं वाढलं आणि वरचेवर आमच्या गाठीभेटीही होत राहिल्या. भाऊसाहेब नारायण पेठेतील भाड्याचं घर सोडून आता स्वतःच्या वास्तूत राहायला आले होते. चारही मजल्यांचा केलेला वापर त्यांनी मला फिरून दाखवला. भाऊसाहेबांच्या मुलांच्या लग्नांची आमंत्रणं येत आणि मी आवर्जून उपस्थित राहत असे. भाऊसाहेबही माझ्या मुलांच्या विवाह समारंभास उपस्थित राहिले. माझी पत्नी सौ. साधना आणि सौ. शकुंतला वहिनी यांचाही परिचय वाढून त्याचं स्वरूप कौटुंबिक जिव्हाळ्याचं झालं; त्यामुळे ते निपाणी, वाई इथल्या माझ्या निवासस्थानी सहपरिवार येऊन गेले.

१९७०च्या नोव्हेंबरमध्ये महाबळेश्वर येथे कै. बा. भ. बोरकर यांच्या अध्यक्षतेखाली भरलेल्या विभागीय मराठी साहित्य संमेलनाचा मी कार्यवाह होतो. त्यासाठी श्री. भाऊसाहेब आपली नवी गाडी घेऊन सहकुटुंब माझ्याकडे वाईस आले. सोबत डॉ. प्र. न. जोशी हेही होते. महाबळेश्वरास जाताना पाचगणीपासून जवळच असलेल्या डॉ. प्र. न. जोशी यांच्या खरशी या गावी आम्ही जाऊन आलो. प्र. न. जोशींची पुरातन वास्तू, पाण्याची मोठी विहीर, पिंपळाचा पार आणि त्यांच्याशी निगडित प्र. नं.च्या स्मृती यामुळे हा प्रवास संस्मरणीय झाला.

कन्नडमधील सुप्रसिद्ध संशोधक व लेखक डॉ. शं. बा. जोशी यांच्या 'मऱ्हाटी संस्कृती : काही समस्या' या ग्रंथाची पहिली आवृत्ती संपली होती आणि पुस्तकाच्या नव्या आवृत्तीची गरज होती. मी 'शं. बां.'च्या आग्रहामुळे त्यांचं नवं लेखन, माझं एक प्रकरण, प्रस्तावना इत्यादींचा समावेश करून दुसरी आवृत्ती तयार केली आणि 'व्हिनस प्रकाशना'ने १९८४ मध्ये ती प्रसिद्ध केली. त्याचं मुद्रण, मुद्रितशोधन आणि वेष्टन याबाबत भाऊसाहेबांनी दाखवलेला साक्षेप माझ्या चांगला स्मरणात राहिला आहे.

आपल्या लेखकांचे वार्षिक संमेलन भरवण्याची कल्पना श्री. भाऊसाहेबांचीच. लेखकांनी दिवसभर एकत्र राहावयाचे. संध्याकाळी एखाद्या नामवंत व्यक्तीचं व्यासंगपूर्ण भाषण व्हायचं आणि ते भाषण पुस्तकरूपाने पुढं प्रकाशित व्हायचं. असा क्रम अनेक वर्षं चालू

होता. या सर्वांमधील सुसूत्र नियोजन, वक्तशीरपणा आणि अगत्य सर्वांना सुखविणारं असे. माझ्या कल्पनेप्रमाणे पुण्यातील एखाद्या प्रकाशन संस्थेचा अशा तऱ्हेचा हा पहिलाच उपक्रम असावा.

'व्हिनस प्रकाशन' ही नाममुद्रा मराठी साहित्य क्षेत्रात दर्जेदार पुस्तकांच्या प्रकाशनासाठी प्रसिद्ध आहे. ज्यावेळी शालेय पाठ्यपुस्तकांची निर्मिती खासगी प्रकाशकांकडे होती, त्यावेळी मराठी प्रकाशन व्यवसाय भरभराटीत होता. त्यातून मिळणाऱ्या उत्पन्नाचा काही भाग दर्जेदार ग्रंथ आणि संदर्भ साहित्याच्या प्रकाशनासाठी खर्च करणं प्रकाशकांना शक्य होतं. किंबहुना समाजाकडून मिळणाऱ्या पैशाचा विनियोग अशा तऱ्हेच्या साहित्यनिर्मितीसाठी करणं, हे श्री. भाऊसाहेबांना आपलं कर्तव्य वाटत असे.

डॉ. अ. ना. देशपांडे यांनी प्रारंभ ते १९५० पर्यंत लिहिलेल्या 'प्राचीन व अर्वाचीन मराठी वाङ्मयाचा इतिहास' हे श्री. भाऊसाहेबांचे प्रकाशकीय यश आहे. सुमारे तीस वर्षं सातत्यानं पाठपुरावा करून लेखकाला हवं ते आणि हवं तेवढं लिहिण्याचं स्वातंत्र्य देऊन, त्यासाठी काही वेळा कटुता पत्करूनही हा प्रचंड प्रकल्प त्यांनी सिद्धीस नेला, हे त्यांचं अभिनंदनीय कार्य आहे. प्रस्तुत इतिहासाच्या प्रास्ताविकात प्रा. रा. श्री. जोग यांनीही या कार्याबद्दल भाऊसाहेबांची प्रशंसा केली आहे. श्री. अग्निहोत्री यांच्याकडून लिहून घेतलेला 'मराठी शब्दकोश' हेही त्यांच्या प्रकाशनाचा लौकिक वाढविणारं यश आहे. या शब्दकोशाची निर्मिती आकर्षक व्हावी यासाठी भाऊसाहेबांनी कटाक्षानं लक्ष पुरवलं. ठिकठिकाणी स्वतः जाऊन त्यांच्या खंडाच्या विक्रीचे प्रयत्न केले. त्यांच्या जिद्दीचा आणि मुख्यतः हौसेचा असा आणखी एक उपक्रम म्हणजे त्यांनी दोन खंडांत प्रकाशित केलेलं 'माधव ज्युलियन यांचं वाङ्मय'. त्याची डिलक्स आवृत्ती त्यांनी तयार केली. त्यासाठी खास आकर्षक पेट्या बनवून घेतल्या आणि त्यांची विक्रीही अशा साहित्य रसिकांसाठी त्यांनी केली. 'व्हिनस प्रकाशन'ची अशी काही वैशिष्ट्यपूर्ण प्रकाशनं आहेत की, अनेक विद्यापीठांतून बऱ्याच वेळा ती अपरिहार्यपणे नियुक्त केली जातात.

प्रा. रा. श्री. जोग आणि भाऊसाहेब यांचे संबंध अत्यंत जिव्हाळ्याचे होते. जोग यांना ते 'रामभाऊ' या नावानंच संबोधित. प्रा. जोग

यांच्या निधनानंतर त्यांच्या स्मरणार्थ पन्नास हजार रुपयांचा निधी जमवायचा आणि त्यातून उत्कृष्ट समीक्षात्मक ग्रंथास पुरस्कार द्यावयाचा, अशी योजना भाऊसाहेबांनी तयार केली. हा निधी गोळा करण्यासाठी ते महाराष्ट्रात ठिकठिकाणी फिरले. डॉ. वि. रा. करंदीकर आणि डॉ. द. न. गोखले यांच्यासमवेत ते वाईमध्येही आले; त्यावेळी त्यांचा मुक्काम माझ्याकडे होता. वाईच्या 'रोटरी क्लब'मध्ये डॉ. करंदीकर यांचं एक व्याख्यान आम्ही आयोजित केलं. वाई आणि कऱ्हाडमध्येही हा निधी जमवण्यासाठी मी त्यांना शक्य ते सहकार्य केलं. निधीची रक्कम ६४ हजार रुपयांवर गेली. काही वर्षे हा उपक्रम चांगला चालला. त्याची चोख यंत्रणा, हिशेब पद्धती त्यांनी उभारली. शेवटी हा निधी महाराष्ट्र साहित्य परिषदेकडे सोपवण्याचा निर्णय घेण्यात आला. भाऊसाहेबांनी व्यक्तिशः महाराष्ट्रातील विविध विद्यापीठांतून प्रा. रा. श्री. जोग यांच्या नावाने मराठी विषयात प्रथम येणाऱ्या विद्यार्थ्यांना पुरस्कार देण्यासाठी निधी देण्याचं ठरवलं आहे. रा. श्री. जोगांविषयीचं प्रेम व कृतज्ञता त्यांनी अशी विविध प्रकारे व्यक्त केली.

प्रा. जोग यांनी महाराष्ट्र साहित्य परिषदेच्या वाङ्मयेतिहासाच्या चौथ्या व पाचव्या खंडांचं संपादन केलं; परंतु त्याचं मानधन त्यांनी स्वीकारलं नव्हतं. यावर भाऊसाहेबांचं मत असं की, परिषदेनं या निधीसाठी देणगी द्यावयास हवी. याविषयी त्यांची मतं अति तीव्र आणि काहीशी टोकाला जाणारी होती. वास्तविक परिषदेसारखी सार्वजनिक निधीवर चालणारी संस्था अशा निधीसाठी देणगी देऊ शकते का? हा प्रश्न होता. म्हणून महाराष्ट्र साहित्य परिषदेच्या कार्यकारी मंडळानं असा ठराव केला की, संस्था म्हणून देणगी देण्यापेक्षा सदस्यांनी व्यक्तिशः देणगी द्यावी. त्यानुसार माझ्यासारख्या बऱ्याच सदस्यांनी देणगी दिलीही. तथापि, त्यामुळे भाऊसाहेबांचं समाधान झालं नव्हतं. त्यामुळे हा विषय आमच्यामध्ये काहीसा मतभेदाचा राहिला.

लेखकांकडून येणारं हस्तलिखित सुवाच्च व शुद्ध असावं, असा त्यांचा आग्रह असतो. त्यांची तात्त्विक मतं अशा बाबतीत आग्रही असतात. त्यासाठी ते लेखकाच्या मानधनात कपात करण्याचा बेतही बोलून दाखवत; परंतु प्रत्यक्षात तसं कधी घडलं नाही. 'व्हिनस

प्रकाशना'चे लेखकांशी जिव्हाळ्याचे संबंध राहण्याचं प्रमुख कारण म्हणजे भाऊसाहेबांची मानधन देण्याची काटेकोर शिस्तबद्ध पद्धती. प्रत्येक वर्षातील फेब्रुवारी महिन्यात लेखकाच्या मानधनाचं हिशेबपत्रक येणार आणि जूनमध्ये निश्चितपणे चेक हाती पडणार, याविषयी लेखक निःशंक असतात. आर्थिक अडचणींमुळे काही वेळा मानधन वेळेवर देणं शक्य नसेल, तर तशी दिलगिरी व्यक्त करणारं भाऊसाहेबांचं पत्र आवर्जून येतं; त्यामुळे चोख व्यवहार आणि कडक शिस्त हे त्यांच्याविषयीचं समीकरण झालं आहे.

भाऊसाहेबांनी मैत्रीची आणि जीवनाची काही मूल्यं मानली आहेत. त्याच्याशी विरोधी वर्तन करणाऱ्यांशी त्यांचं कधी जमत नाही. भारत-जपान स्नेहवर्धनासाठी परस्पर देशांतील काही कुटुंबांत राहण्याच्या योजनेतून भाऊसाहेब एकदा जपानला गेले. त्यावेळी काही भारतीयांनी केलेल्या वर्तनाबद्दल त्यांनी तीव्र नाराजी व्यक्त केली आणि आजही त्यांच्याविषयी त्यांना ममत्व वाटत नाही. त्यांनी जपानचाही प्रवास केला. स्वतः जपानी भाषा शिकण्याचा प्रयत्न केला आणि तसे वर्गही सुरू केले. १९७१ मध्ये 'भारत-जपान असोसिएशन'सारखी संस्था स्थापन करून ते तिचे कार्यवाह बनले. उभय देशांतील कित्येक क्षेत्रांत होऊ शकणाऱ्या देवाण-घेवाणीची माहिती त्यांनी सदस्यांना करून दिली. भाऊसाहेब एक प्रकारे भारताच्या सांस्कृतिक राजदूताचंच कार्य करीत आहेत.

आता पंचाहत्तरी ओलांडताना डोळ्यांचं अधूपण त्यांच्या व्यावहारिक हालचालींवर बंधन आणतं. तथापि, त्यांच्याशी होणारा सुख-संवाद त्यांच्या मनाची उभारी दाखविणाऱ्या अनेक संकल्पांचे दर्शन घडवितो. प्रकाशन व्यवसायातही त्यांनी काही अभिनव प्रयोग केले. त्यातील काहींचा उल्लेख यापूर्वी केलाच आहे. असाच आणखी एक प्रयोग म्हणजे पुस्तकावर किंमत न छापण्याचा; पण त्याचा दुरुपयोग होण्याची शक्यता लक्षात घेऊन पुस्तकांच्या कालावधीप्रमाणे वाढणाऱ्या किमती पहिल्या आवृत्तीतच ते देऊ लागले. यातील दक्ष प्रामाणिकता जाणण्यासारखी आहे.

प्रकाशन व्यवसायातील आजच्या स्थितीविषयी त्यांना काळजी वाटते आणि काही वेळा ते नाउमेदही होतात. तथापि, काही काळ

लोटताच ‘व्हिनस प्रकाशन’च्या नव्या आणि आगामी प्रकाशनांच्या जाहिराती झळकू लागतात आणि लक्षात येतं की, प्रकाशन हा भाऊसाहेबांचा व्यवसाय नसून त्यांच्या भावजीवनाचं ते एक अविभाज्य अंग आहे. ती त्यांची संजीवनी आहे; त्यामुळेच वय वाढलं तरी नवी उमेद घेऊन मनानं ते तरुण बनतात. अशी उमेद त्यांना सदैव प्राप्त व्हावी, ‘व्हिनस’ या नाममुद्रेची दर्जेदार प्रकाशने यापुढील काळातही सातत्याने प्रकाशित होत राहावीत आणि श्री. भाऊसाहेबांना आपली शंभरी ओलांडून ‘व्हिनस प्रकाशना’चा अमृतमहोत्सव पाहण्याचाही योग यावा, अशी प्रार्थना आहे.

◆

तुळजेंद्र राजे भोसले

तंजावरचे 'प्रिन्स'

छत्रपती शिवाजी महाराजांच्या भोसले घराण्याची एक शाखा दूर दक्षिणेत तंजावर येथे रुजली, वाढली आणि विस्तारली. छत्रपती व्यंकोजी यांच्या या दुसऱ्या शाखेच्या एका सुपुत्राचं तुळजेंद्र राजे भोसले हे लौकिक नाव; पण तंजावरमध्ये मात्र ते 'प्रिन्स' म्हणून प्रसिद्ध आणि लोकप्रिय होते. अतिशय मृदु भाषेत बोलणारे, सौम्य वृत्तीचे आणि खानदानी अदब असणारे तुळजेंद्र राजे यांच्याविषयी ते 'प्रिन्स' असूनही जवळीक वाटे, ममत्व वाटे. 'प्रिन्स' शब्दांत शोभणारं त्यांचं व्यक्तिमत्त्व होतं. शिडशिडीत उंच अंगकाठी, गौर चाफेकळी वर्ण, धारदार नाक, करुणागर्भ डोळे आणि त्यावर साजेसा चश्मा, रेशमी चुनीदार व कुर्ता परिधान केलेली आणि चपळतेनं चालणारी ही मूर्ती प्रथमदर्शनी आपलीशी वाटे. मराठ्यांचा इतिहास, मराठी भाषा, मराठी वाङ्मय आणि मराठी माणसं यांविषयी त्यांना विलक्षण जिव्हाळा, आस्था आणि अभिमान होता. त्यांचे अनेक नातेवाईक कोल्हापूर, सांगली, डिग्रज, बारामती, बडोदा इत्यादी भागांत पसरलेले आहेत. बहुधा वर्षातून एक वेळ त्यांची या भागात फेरी होत असे; त्यामुळे त्यांचं मराठी बोलणं, लिहिणं अद्ययावत होतं. तमिळ ही प्रादेशिक भाषा हिंदी भाषेइतकीच त्यांना जवळची होती. ते उत्तम तमिळ बोलत. इंग्लिश, हिंदी भाषेवरही त्यांचं चांगलं प्रभुत्व होतं; त्यामुळे तंजावर प्रदेशातील सर्व स्तरांतील जनतेत ते मुक्तपणे वावरत. ते सर्वांना आपलेसे वाटत. काँग्रेससारख्या राजकीय पक्षाचे जिल्हा कार्यकारिणीचे ते परवापर्यंत सदस्य होते. काही काळ तालुका काँग्रेस पक्षाचे ते अध्यक्षही होते आणि विभागीय काँग्रेस पक्षाचे अधिवेशन भरवण्यात त्यांनी पुढाकार घेतला होता.

श्रीमंत तुळजेंद्र राजे हे श्रीमंत प्रतापसिंह राजे भोसले यांचे सुपुत्र. त्यांचा जन्म ८ सप्टेंबर, १९१६ रोजी झाला. त्यांचं प्राथमिक शिक्षण तंजावरच्या मराठा

स्कूलमध्ये आणि कल्याणसुंदरम् हायस्कूलमध्ये झालं. सरफोजी (दुसरे) यांचे ते वंशज असल्यामुळे तंजावर आणि महाराष्ट्र यांच्या इतिहासाचा त्यांचा अभ्यास होता. ते राजघराण्यातील सर्वांत ज्येष्ठ व्यक्ती होते. त्यांना तंजावरी कलेची मोठी आवड होती. राजघराण्यातील अनेक व्यक्तींची पोर्ट्रेटस् त्यांनी काढली होती. त्यांना खेळाची आवड आणि नाण्यांचा संग्रह करण्याचा छंद होता. सार्वजनिक जीवनात विविध संस्थांमध्ये त्यांनी महत्त्वाची पदं भूषवली होती. सदर्न मराठा सेंट्रल असोसिएशनचे ते आश्रयदाते होते. दिल्लीच्या बृहन्महाराष्ट्र मंडळाचे ते आजीव सदस्य होते. १९८३-८४ मध्ये तंजावरमध्ये भरलेल्या बृहन्महाराष्ट्र परिषदेचे कार्याध्यक्ष म्हणून त्यांची निवड झाली होती. १९५०-५४ पर्यंत ते सेकंड क्लास ऑनररी मॅजिस्ट्रेट होते.

'दक्षिण भारतातील मराठी वाङ्मयाचा इतिहास' या आमच्या प्रकल्पाच्या निमित्ताने त्यांच्याशी आमचा निकटचा संबंध आला. दि. २५ नोव्हेंबर, १९९५ रोजी त्यांच्या प्रेरणेनं 'मराठी भाषा अभ्यास वर्ग'चं उद्घाटन डॉ. सरोजिनी वैद्य यांच्या हस्ते झालं आणि रेशमी वस्त्र देऊन त्यांनी आमचा सत्कार केला. १९६४ मध्ये मी प्रथमच संशोधनासाठी तंजावरला गेलो, त्यावेळी मराठी तिसऱ्या इयत्तेपर्यंतची सरकारी शाळा राजवाड्याच्या प्रवेशद्वाराजवळील खोल्यांत भरत असे; पण त्यानंतरच्या पंचवीस-तीस वर्षांत तमिळचं वर्चस्व वाढत गेलं आणि शालेय अभ्यासक्रमातून मराठीचं उच्चाटन झालं. तेथील तरुण मराठी विद्यार्थ्यांना मराठी शिकता, वाचता यावं याची तळमळ आहे; पण त्यांना महाराष्ट्रातील मराठी वृत्तपत्रं, पुस्तकं वाचायला मिळत नाहीत. मातृभाषा मराठी असूनही ती शिकता येत नव्हती. सभेच्या वेळी जमलेल्या तरुणांनी आम्हाला त्यांची ही व्यथा बोलून दाखवली. श्रीमंत तुळजेंद्र राजे यांच्या प्रयत्नांनी मराठीचा वर्ग सुरू करण्यात आला. या कार्यक्रमास तंजावर स्वामी मठाचे श्री. भीमराव, श्री. विश्वनाथ कुलकर्णी, आर. विवेकानंद ही मंडळी उपस्थित होती. श्रीमान तुळजेंद्र राजे यांनी अभ्यासपूर्वक लिहिलेल्या Serfoji II या पुस्तकाचं प्रकाशनही यावेळी डॉ. सरोजिनी वैद्य यांच्या हस्ते झालं. तंजावरच्या मराठी भाषिक तरुणांना आवश्यक ते सर्व सहकार्य करण्याचं आश्वासन आमच्या भाषणात मी आणि सरोजिनी वैद्य यांनी दिलं.

त्यानंतर तंजावरच्या जिल्हाधिकाऱ्यांना भेटण्यास गेलो, त्यावेळी मराठी वर्गासाठी राजवाड्याच्या आवारात जागा देण्याची विनंती करण्यात आली. तीस वर्षांपूर्वी याच ठिकाणी सरकारी मराठी शाळा भरत होती, याचं स्मरण होऊन मन उदास झालं.

तंजावरच्या 'सरस्वती महाला'चे ते विश्वस्त होते; पण केवळ नामधारी न राहता त्याच्या सर्वांगीण विकासासाठी ते प्रयत्नशील होते. सहा वर्षांपूर्वी 'सरस्वती महाला'तील मराठी पंडिताची (तज्ज्ञ) जागा रिकामी झाली. ती तामिळनाडू शासनानं अद्याप भरलेली नाही. मोडीतज्ज्ञाची जागाही अशीच अधांतरी आहे. श्री. तुळजेंद्र राजे ज्या ज्या वेळी कोल्हापूर, सांगली भागात येत, त्या त्या वेळी मराठी पत्रकारांना मुलाखत देऊन या जागा भरण्यात याव्यात, तंजावरी मराठी भाषिकांच्या व्यथा दूर व्हाव्यात याविषयी ते मनःपूर्वक बोलत असत. श्री. शरद पवार महाराष्ट्राचे मुख्य मंत्री असताना त्यांनी तंजावरला भेट दिली होती. त्यावेळी त्यांनी दिलेल्या देणगीतून तेथे 'महाराष्ट्र समाजा'ची देखणी इमारत उभी राहिली. तेथील 'तमिळ विद्यापीठा'तील मराठी अध्यासनाला महाराष्ट्र शासनाने आर्थिक साहाय्य करावं, मराठीचा अभ्यास विद्यापीठ पातळीपर्यंत न्यावा, असा त्यांचा ध्यास होता.

तंजावरचे राज्यकर्ते विद्याकलांचे चाहते होते. त्यांनी मराठी नाटकं, पदं लिहिली. नाटकांतून कामं केली आणि त्यासाठी नृत्यकलाही आत्मसात केली. श्रीमंत तुळजेंद्र राजे यांनीसुद्धा 'राजे सरफोजी दुसरे' हे पुस्तक लिहून ही परंपरा पुढं चालू ठेवली. इंग्रजी भाषेतील सरफोजी राजांचं हे विस्तृत चरित्र लिहिण्यात त्यांनी आपल्या खासगीतील कागदपत्रं, दैनंदिनी यांचा वापर तर केलाच; पण तंजावरमधील आपल्या नातेवाइकांकडूनही अस्सल कागदपत्रं मिळवली आणि सरफोजी राजांचं जीवन आणि कर्तृत्व यावर नवा प्रकाश टाकला. तंजावर राजघराण्याचा इतिहास समजून घेण्यासाठी या पुस्तकाची मोठी मदत होते.

महाराष्ट्रातून तंजावरला जाणाऱ्या व्यक्तींचं आगत-स्वागत करण्यात त्यांना मोठा आनंद वाटे. त्यांचं आदरातिथ्य करणं, त्यांच्या दिवाणखान्यातील अनेक जुन्या व मौलिक वस्तूंची माहिती देणं यात ते रमून जात. खास कोल्हापुरी पद्धतीचं भोजन खाऊ घालणं,

आतिथ्याबरोबर एखादी भेटवस्तू देणं हा त्यांच्या उदार मनाचा भाग होता. १९९९ मध्ये मी दुसऱ्यांदा प्रकल्पाच्या कामासाठी गेलो, त्यावेळी माझे स्नेही श्री. रवींद्र पाटसकर माझ्यासोबत होते. वेळ ठरवून आम्ही महाराजांना भेटावयास गेलो. त्यावेळी त्यांनी अगत्यानं दिलेली गजलक्ष्मीची चांदीची मूर्ती आजही माझ्या संग्रहात आहे. 'सरस्वती महाला'तील आणि तंजावरच्या जिल्हाधिकाऱ्यांकडील कामासाठी ते अगत्यानं आमच्यासोबत आले होते. 'प्रिन्स' आले आहेत, अशी वर्दी मिळताच तेथील जिल्हाधिकाऱ्यांनी केलेलं अदबशीर स्वागत अद्याप माझ्या स्मरणात आहे.

'प्रिन्स' तुळजेंद्र राजे यांच्या देहावसानामुळे मराठी भाषा, साहित्य आणि माणसं यांचा तंजावरमधील आधारस्तंभ नाहीसा झाला. मराठी पंडित, मोडी तज्ज्ञ, मराठीच्या प्राध्यापकांची नियुक्ती अशी मराठी संशोधकांना उपयुक्त कार्ये अपुरी असतानाच तुळजेंद्र राजे यांच्या निघून जाण्यानं मराठी भाषा आणि साहित्य क्षेत्राची मोठी हानी झाली आहे.

◆

प. पू. म. श्री. नागराज बाबा तथा मोठे बाबा

लोकाभिमुख महानुभाव

अखिल भारतीय महानुभाव परिषदेचे अध्यक्ष, महानुभाव मासिकाचे संपादक, औरंगाबाद येथील 'महानुभाव' आश्रमाचे संस्थापक आणि पंथीय आणि पंथेतरांचे आदरस्थान असणारे प. पू. म. श्री. नागराज बाबा तथा मोठे बाबा यांचे निर्वाण सर्वांच्याच मनाला चटका लावून गेले. समाजाच्या विविध स्तरांत लोकप्रियता लाभलेले आजच्या काळातील ते एक मोठे सत्पुरुष होते. पंथाची दीक्षा घेतल्यानंतर पुढील काळात आपल्या ज्ञानार्जनाने आणि तपस्येने पंथातील विविध स्थानं भूषवत ते 'महंत' पदापर्यंत पोहोचले, 'मोठे बाबा' झाले. सौम्य, शांत, प्रसन्न मुद्रा आणि मृदु वाणी यांमुळे सामान्यांपासून ज्ञानीजनां-पर्यंत सर्वांना त्यांनी आकृष्ट केलं होतं. त्यांच्या व्यक्तिमत्त्वामुळे लहान-थोर त्यांच्याकडे वेधले जात. म. नागराज बाबा हे आधुनिक काळातील 'वेधवंती नागदेव' होते. महानुभाव पंथाचे आद्य आचार्य नागदेवाचार्य यांच्यासारखंच उत्तम संघटन-कौशल्य म. नागराज-बाबांकडे होतं. 'वेधवंती नागदेव' या माझ्या लेखात मी नागदेवाचार्यांचं केलेलं वर्णन म. नागराज बाबांना पूर्णपणे जुळणारं आहे. नागदेवाचार्यांत मूर्तिमंत संघटन-कौशल्य होतं. त्यांच्या ठिकाणी व्यवहारचातुर्य व माणसं जोडण्याची कलाही चांगल्या प्रमाणात होती आणि त्यामुळेच त्यांनी म्हाइंभट, गोपाळ पंडित, दामोदर पंडित, केसोबास, भास्कर-भट यांसारखे संस्कृततज्ज्ञ, विद्वान आपल्याभोवती गोळा केले होते. इतरांना आकर्षित करून घेण्याची त्यांची ही जी शक्ती होती, त्यावरूनच त्यांना 'वेधवंती नागदेव' असं अभिधान प्राप्त झालं होतं. लोकसंग्रह करण्याची त्यांची ही वृत्तीच महानुभाव पंथाच्या प्रसाराला पोषक ठरली. त्यांचं बोलणं अत्यंत वेधक होतं. 'भटोबासांचा शब्द गुजरध्वनी घोळिला उमटे : कव्हणि दुःख भोगीता आपुले दुःख विसरे' असे म. नागराजबाबांच्या ठायीही अनुभवत होतो. त्या दृष्टीनं म. नागराजबाबा म्हणजे आधुनिक

काळातील नागदेवाचार्यांचा अवतारच म्हणावा लागेल. नागदेवाचार्यांनी म्हाइंभटाकडून सर्वज्ञांच्या लीला जमवून 'लीळाचरित्र' ग्रंथ सिद्ध करण्यास प्रेरणा दिली. म. नागराजांनी 'लीळाचरित्रा'च्या विविध पाठांतून सिद्ध केलेल्या डॉ. वि. भि. कोलते यांच्या संपादित प्रतीचा पुरस्कार केला. श्री चक्रधरस्वामींच्या सप्त जन्मशताब्दीच्या काळात 'श्री चक्रधर दर्शन' या शासन पुरस्कृत ग्रंथाचं संपादन केलं. डॉ. कोलते यांनी संपादित केलेले 'आचार बंद, विचार बंद' यांसारखे महत्त्वपूर्ण ग्रंथ आपल्या 'राहुल प्रकाशना'द्वारे प्रकाशित केले. सांकेतिक लिपीत बंदिस्त झालेले पंथाचे ग्रंथ देवनागरीत आणून ते सर्वांसाठी उपलब्ध करून दिले; त्यामुळे पंथीय आचार-विचार समजून घेण्यास आणि पंथाविषयी अज्ञानातून निर्माण झालेले गैरसमज दूर होण्यास मदत झाली.

म. नागराज बाबांनी मानससरोवरापासून भारतात सर्वत्र आपल्या अनुयायांसह यात्रा केली. ठिकठिकाणी प्रवचनं दिली आणि श्रीकृष्णभक्तीचा आणि महानुभाव तत्त्वज्ञानाचा प्रसार केला. हजारो अनुयायांकडून त्यांचं भक्तिभावानं स्वागत होई. त्यांनी ठिकठिकाणी श्रीकृष्ण मंदिरांची उभारणी केली. श्री चक्रधरस्वामींशी संबंधित स्थळांचा जीर्णोद्धार केला, शोभायात्रा काढल्या. साताऱ्याजवळील करंजे येथील मठात एकदा खीचपुरी महोत्सव, संन्यास दीक्षा इत्यादी कार्यक्रम होते. माझ्या 'महानुभाव संत' या पुस्तकामुळे मी बाबांच्या परिचयाचा झालो होतो. साताऱ्याच्या कार्यक्रमाचे म. नागराज बाबा अध्यक्ष होते. मला कार्यक्रमाचं आमंत्रण आल्यामुळे मी वाईहून त्या कार्यक्रमासाठी गेलो. आतापर्यंत महानुभाव वाङ्मयाच्या अभ्यासातून मला ज्ञात झालेलं पंथाचं ज्ञान 'पुस्तकी' स्वरूपाचं होतं. जसजसं अशा कार्यक्रमांना मी उपस्थित राहत गेलो, तसतसं पंथाचं वास्तव स्वरूप माझ्या ध्यानात येत गेलं आणि पंथाला लाभलेलं एकसुरीपण बदलून त्याला कालोचित बनवून तो लोकाभिमुख करण्याच्या पू. बाबांच्या प्रयत्नाचं महत्त्व लक्षात येत गेलं. अशा कार्यक्रमांत समाजातील विविध स्तरांतील प्रमुख व्यक्ती, विद्वत्जन यांना सन्मानानं बोलावून त्यांचा ते सत्कार करत. करंजे येथील कार्यक्रमात म. बाबांनी मला व्यासपीठावर जवळ बसवून घेतलं. त्यांच्याशी झालेल्या संभाषणात तत्पूर्वी सातारा गावातून निघालेल्या भव्य शोभायात्रेविषयी मी कुतूहलानं प्रश्न केला. त्यावेळी

त्यांनी आपल्या पंथप्रवेशापूर्वी आणि महात्मा गांधींच्या विचारांच्या प्रभावाची मला कल्पना दिली. त्या काळात ते राष्ट्रसेवा दलातही जात असत; त्यामुळे अशा कार्यक्रमात त्यांचा सहभाग असे. एखादा विचार लोकांपर्यंत पोहोचवायचा, तर त्यासाठी आपण लोकांपर्यंत पोहोचलं पाहिजे, याची जाणीव त्यांना झाली. पुढील काळात पंथकार्यासाठी त्यांच्या या अनुभवाच्या गाभ्याला धक्का न लावता त्यांनी केलेल्या पंथाच्या विस्ताराचं महत्त्व या दृष्टीनं मोठं आहे. भेदातीत वृत्तीनं सर्व कार्य करण्याच्या म. नागराज बाबांच्या पद्धतीमुळे पंथ मर्यादित परिघात न राहता त्याला व्यापकता प्राप्त झाली. सांकेतिक लिपी आणि कडक आचारधर्म यांत जखडल्या गेलेल्या पंथाविषयीची लोकमानसातील विपरीत प्रतिमा त्यामुळे बदलत गेली. म. नागराज बाबांच्या प्रवचनांना पंथेतर श्रोत्यांचीही गर्दी होऊ लागली.

पुढे १९८४ च्या सुमारास मी औरंगाबादला गेलो असताना आश्रमात जाऊन म. नागराज बाबांची भेट घेतली. त्यावेळी आश्रमाची उभारणी होत होती. सुंदरशा श्रीकृष्ण मंदिरात जाऊन मी त्या प्रसन्न मूर्तीचं दर्शन घेतलं. पू. बाबांनी सारा आश्रम फिरून मला दाखवला. ग्रंथालय, पोथीशाळा पाहिली. आश्रमाची उभारणी आणि विस्तार याची पू. बाबांनी कल्पना दिली. सांकेतिक लिपीतील पोथ्यांविषयी माझ्या प्रश्नांना त्यांनी खुलासेवार उत्तरे दिली आणि पंथीयांच्या नित्यपाठात असणाऱ्या सांकेतिक लिपीतील सुंदर बांधणीची छोट्या आकाराची 'सूत्रपाठा'ची पुस्तिका मला भेट दिली. ती आजही माझ्या संग्रहात आहे. मंदिराच्या कलशारोहण कार्यक्रमाची आमंत्रण पत्रिकाही त्यांनी आवर्जून पाठवली.

काही काळानंतर पुण्याजवळील उरळीकांचन येथे महिनाभराचे ज्ञानयज्ञ शिबिर भरवण्यात आले होते. त्यामध्ये एक दिवस काही अभ्यासकांचा सत्कार करण्यात येणार होता. त्याला उपस्थित राहण्याची तार बाबांनी मला पाठवली. त्यावेळी मी मुंबईस होतो. तार मिळताच मी आणि सौ. साधना लगेच निघालो अन् सकाळी उरळीकांचनला पोहोचलो. भव्य मंडप आणि त्याला शोभेल असं भव्य व्यासपीठ उभारलं होतं. भक्तांना राहण्यासाठी शेड्स उभ्या होत्या. शेकडो भक्तांनी आणि अनुयायांनी मंडप भरून गेला होता. 'लीळाचरित्रा'चं पठण करणारे शिष्य व्यासपीठापुढे रांगेनं बसले होते. आमच्यासारख्या

निमंत्रितांना बसण्यासाठी खुर्च्यांची व्यवस्था केली होती. प्रवचनाला प्रारंभ करताना आम्हा निमंत्रितांविषयी बोलताना पू. बाबा म्हणाले, 'ही अभ्यासक मंडळी पंथावरील प्रेमामुळे इतक्या दूरवरून या कार्यक्रमास आली आहेत. त्यांची आस्था आपण लक्षात घेतली पाहिजे.' सत्काराच्या कार्यक्रमानंतर त्यांच्या निरुपणास प्रारंभ झाला. पू. बाबांनी त्या दिवशी निरुपणास घेतलेलं 'लीळे'चं भक्तांकडून होणारं सामूहिक वाचन मला मंत्रघोषासारखं वाटलं. त्यामुळे मी थरारून गेलो. पंथीय ग्रंथपठणाची ही पद्धत मी प्रथमच अनुभवत होतो. सामान्य माणसाच्या नित्याच्या जीवनातील समर्पक दृष्टान्त देत पू. बाबांनी सुबोध भाषेत त्यातील आशय उलगडून दाखवला. याच शिबिरात डॉ. अण्णासाहेब अडसोड, चंद्रकांत निंभोरकर इत्यादींची बऱ्याच दिवसांनंतर भेट झाली. सायंकाळी पू. बाबांच्या समवेत त्यांच्या गाडीतून आम्ही पुण्यात आलो.

प्रेमभावनेनं जो त्यांच्या सहवासात येई, तो त्यांचा होऊन जाई. त्यांचं व्यक्तिमत्त्व तसं आश्वासक होतं. महानुभाव तत्त्वज्ञानावरील त्यांच्या अधिकारामुळे त्यांना अनेक विद्यापीठांच्या पीएच्.डी. प्रबंधाच्या परीक्षणासाठी आमंत्रित केलं जात असे; त्यामुळे त्या प्रबंधाला ॲकॅडमिक तशीच पंथीय मान्यताही प्राप्त होत असे. लहान-थोरांसाठी आपल्या करुणामय वृत्तीनं शक्य ते सर्व करत. आश्रमातील पुरुष, बाया व मुलं यांच्यासाठी तर ते 'राऊळ माए : राऊळ बापू' असे होते. 'ते थोर कणवेचे होते.' त्यांची ही कणव सर्वांना आपलंसं करीत असे; त्यामुळे पंथीय तत्त्वज्ञानाचे अधिकारी, कुशल संघटक आणि कारुण्यमय व्यक्तिमत्त्व लाभलेले महंत श्री नागराज बाबांचं आकस्मिकपणे झालेलं निर्वाण सर्वांनाच अनंत काळ जाणवणारं आहे.

◆

प्राचार्य राम शेवाळकर

एका अविरोधाची निवड

आज अनेक क्षेत्रांत निवडणुका गाजत असतात. आधी आणि नंतरही! साहित्य संमेलनाचं अध्यक्षपदही याला अपवाद राहिलेलं नाही. वास्तविक साहित्य संमेलनाचं अध्यक्षपद म्हणजे त्या साहित्यिकाच्या वाङ्मयीन कर्तृत्वाचा रसिकांनी केलेला गौरव असतो, बहुमान असतो; पण हे पद मिळावं म्हणून अनेकांना आटापिटा करावा लागतो. मतदारांचा अनुनय करावा लागतो. उंबरठे झिजवावे लागतात. हे मतदारही भलतेच तालेवार. त्यांना एखादा उमेदवार येऊन भेटला नाही, तर ते रुसतात. पात्र उमेदवार असला तरी तो न भेटल्यास अशा मतदाराचं मत मिळण्याची शक्यता नसते. ज्येष्ठ कवयित्री इंदिरा संत यांनी 'मी मतांची भीक मागणार नाही' असं उद्घोषित केलं होतं. तथापि, मुंबईत येऊनही त्या आपल्याला भेटल्या नाहीत, म्हणून थोर थोर मतदारांचा अहंकार दुखावला गेला होता.

काही उमेदवारांमागे मातब्बर मंडळी उभी असतात, तर कोणाचं मित्रमंडळ असतं. सह्यांचे दोन-दोन रकाने भरलेली प्रतिष्ठितांची पत्रकं निघू लागतात. पुण्यातील साहित्य संमेलनात तर धमाल झाली. स्वागत समितीच्या सभासदांना मतदानाचा अधिकार होता. काही 'पक्षांनी' तर काही 'धनिकां'नी अनेक सभासद केले. साखर कारखान्याच्या निवडणुकी-सारखा जल्लोष उडाला. निवडून आलेल्या अध्यक्षांचं संमेलन उधळण्याचाही प्रयत्न झाला. वृत्तपत्रंही यात मागे नसतात. उमेदवार पात्र की अपात्र यावर वादाचे आखाडे घुमू लागतात.

साहित्य क्षेत्राबाहेरील व्यक्तींनाही जबरदस्त कुतूहल निर्माण होतं. घरोघरी गाड्या फिरू लागतात. परप्रांतातील उमेदवारांना गाठण्यासाठी विमानानं दौरे सुरू होतात. निवडून आलेला उमेदवार 'कुस्ती मारली की जय' अशा आविर्भावात सक्तीचे सत्कार स्वीकारू लागतो. अशा या निवडणुकीच्या गमती-जमती असतात; पण यंदा मात्र चमत्कार झाला. निवडणूक झाली नाही. म्हणजे प्रचार - पत्रकं

नाहीत, वादाचा धुरळा नाही; पत्रांचा वर्षाव नाही आणि उमेदवाराचं दर्शनही नाही! अगदीच चुकल्या-चुकल्यासारखं झालं. निवडणुकीच्या रणांगणावर शंख नाहीत, भेरी नाहीत; नगारे नाहीत आणि तुताऱ्याही नाहीत. सारं कसं शांत शांत! त्यातूनही आश्चर्य असं की, यंदाचं साहित्य संमेलन गोव्यात, पणजीत भरतं आहे, निसर्गसौंदर्याची लयलूट असणाऱ्या नयनरम्य प्रदेशात. कलावंतांचे मळे पिकविणाऱ्या सकस, समृद्ध भूमीत!

येथे निवडून आला तो विदर्भाचा एक सुपुत्र! स्वतःला एक नंबरचा साहित्यिक न मानणारा; पण साहित्याच्या रसिकतेवर, आस्वाद क्षमतेवर अधिकार सांगणारा. हे झालं कसं? हे आणि असं आक्रित घडलंच कसं? आजच्या काळात बिनविरोध अध्यक्ष? आजि म्यां हे नवल देखिले!

तसे विश्राम बेडेकरही बिनविरोध निवडून आले होते आणि पदरी विपुल साहित्य संपदा नसतानाही आमचे महामहोपाध्याय दत्तो वामन पोतदार नगरच्या साहित्य संमेलनाचे बिनविरोध अध्यक्ष झाले होते. अगदी आयत्या वेळी आग्रह करून त्यांना त्या पदावर नेऊन बसवलं होतं. त्या दृष्टीनं यंदाचे आमचे अध्यक्ष प्राचार्य राम शेवाळकर साऱ्यांनाच हवेहवेसे वाटणारे. 'वाणीचा रसाळू' आणि 'मनाचा मवाळू' असणाऱ्या प्राचार्य राम शेवाळकरांनी मराठी माणसांची मनं केव्हाच जिंकलेली! अगदी चांद्यापासून बांद्यापर्यंत विषय कोणताही असो, सभा गाजवावी ती शेवाळकरांनी!

घरातून पांडित्याचा वारसा लाभलेला. संस्कृतचे संस्कार झालेली शुभंकर वाणी लाभलेली, अनेक विषयांत बुद्धीची सप्रतिहत गती असलेली. दत्तो वामन पोतदारांनंतर आभाराची भाषणं रंगवली ती शेवाळकरांनीच! त्यांच्या वाणीची मोहिनी अशी की, महाराष्ट्रातील जिल्ह्या-जिल्ह्यांत, नव्हे तालुक्या-तालुक्यांत अनेक ठिकाणी त्यांची भाषणं झाली. सारा मराठी मुलूख पादाक्रांत करून शेवाळकरांनी बृहन्महाराष्ट्रही गाजवला. ते जिथं गेले, तिथले सारे त्यांचे झाले अन् ते सर्वांचे झाले. त्यांनी अशी असंख्य माणसं जोडली, संस्था जोडल्या, उभ्या केल्या. विदर्भ साहित्य संघाच्या शाखा गावोगावी नव्हे, खेडोपाडी नेल्या. ग्रंथालय चळवळ हे साहित्य चळवळीचं महत्त्वाचं अंग मानून

'गाव तेथे ग्रंथालय' पोहोचवण्यासाठी त्यांनी हिरिरीनं प्रयत्न केला. साहित्य संस्थांची गाऱ्हाणी त्यांनी शासनाच्या वेशीवर टांगली आणि सर्व साहित्य संस्थांना प्रतिवर्षी लाखो रुपयांचं अनुदान मिळवून देण्यात पुढाकार घेतला. ते सर्वांसमवेत राहिले आणि सर्वांचे झाले; त्यामुळे अखिल भारतीय मराठी साहित्य संमेलनाच्या अध्यक्षपदासाठी प्राचार्य राम शेवाळकरांचं नाव समोर आलं, तेव्हा अन्य कोणीही पुढं आलं नाही. पणजी येथील साहित्य संमेलनाच्या अध्यक्षपदी शेवाळकरांची अविरोध निवड झाली. मी तर असं म्हणेन की, ही अविरोध निवड नव्हे तर ती एक अविरोधाची निवड आहे!

मूळचे मराठवाड्यातील शेवाळे गावचे त्यांचे पूर्वज श्रीरामशास्त्री धर्माधिकारी विदर्भातील अचलपूरला आले आणि ते विदर्भाचे शेवाळकर झाले. मराठवाडा हे आपले माहेर मानणारे, विदर्भात वाढलेले आणि महाराष्ट्राच्या मुक्त प्रांगणात वावरलेले राम शेवाळकर आता कोणत्याही प्रादेशिक मर्यादा ओलांडून गेले आहेत. विद्यार्थीदशेत त्यांनी प्रथम श्रेणीचं यश प्राप्त केलं आणि प्राध्यापक, प्राचार्यपदीही त्यांनी तेच स्थान कायम ठेवलं. अनेक शिक्षण संस्था, प्रतिष्ठाने, समित्या यांवर सल्लागार म्हणून त्यांची नियुक्ती झाली. प्राचार्य राम शेवाळकर हे केवळ शब्द लालित्यात गुंगणारे आणि गुंगविणारे वक्ते नाहीत. सामाजिक बांधिलकी मानून त्यांनी आपली वाणी आणि लेखणी झिजवली आहे. शैक्षणिक क्षेत्रातील त्यांचं कार्य आणि ध्येयवाद लक्षात घेऊनच आचार्य विनोबा भावेप्रणीत आचार्य कुलाचे संयोजक म्हणून त्यांची नियुक्ती झाली आहे.

अभिजात साहित्याच्या वाचनानं जोपासलेली रसिकता, शास्त्राध्ययनानं आलेली विवेचक समीक्षादृष्टी, अंतरंगात भरून राहिलेली कविता यामुळे साहित्य क्षेत्रात एक रसिक, समीक्षक, कवी, ललित लेखक म्हणून आपलं स्थान त्यांनी निर्माण केलं आहे. 'असोशी', 'रेघा', 'अंगारा' हे त्यांचे काव्यसंग्रह मंगेश पांडगावकरांसारख्या कवीला आणि नरहर कुरुंदकरांसारख्या समीक्षकालाही मोहवितात. त्यांच्या ललित लेखसंग्रहांची नावंही याच प्रवृत्तीशी आपली सोयरीक दाखवितात, 'अमृत झरी', 'पूर्वेची प्रभा', 'देवाचे दिवे', 'उजेडाची झाडे', 'माहेरयात्रा' यांसारखे त्यांचे ललित लेखसंग्रह त्यांच्या लालित्यपूर्ण वाणीचा लिखित

आविष्कार घडवितात. 'त्रिदल', 'रुचिभेद', 'सारस्वताचं झाड', 'आकाशाचे कोंब' हे त्यांचे वाङ्मयीन लेखसंग्रह प्रसिद्ध आहेत. वास्तविक या गद्य पुस्तकांच्या या शीर्षकांवर एखाद्या कवीनं आपला अधिकार सांगण्यासारखा आहे. 'शिक्षण यात्रा', 'मराठी व्याकरण व लेखन' हे त्यांचे शैक्षणिक ग्रंथ आणि 'मोराचे पाय' हा संकीर्ण लेखांचा संग्रहही त्यांच्या नावावर आहे आणि जाणकारांनीही वेळोवेळी त्यांच्या या लेखनाची नोंद घेतली आहे.

या स्वतंत्र लेखनाप्रमाणेच लोकनायक अणे, आचार्य विनोबा भावे, डॉ. य. खु. देशपांडे, डॉ. वि. भि. कोलते, श्री. वा. ना. देशपांडे, लोकमान्य टिळक, गु. ह. देशपांडे यांचं निवडक साहित्य संपादित केलं आहे. आचार्य विनोबा भावे यांचे शैक्षणिक विचार तीन ग्रंथांच्या रूपानं त्यांनी अभ्यासकांसमोर ठेवले आहेत. विदर्भातील विचारवंतांचं वाङ्मय-धन संपादित करून प्राचार्य शेवाळकर यांनी बहुमोल कामगिरी बजाविली आहे. इतरांच्या सहकार्यानं लहान-मोठी अशी आणखी नऊ पुस्तकं त्यांनी संपादित केली आहेत. गेली काही वर्षं ते 'श्रीवत्स' हे दिवाळी वार्षिक नागपूरहून प्रसिद्ध करीत आहेत. त्याची वाङ्मयीन श्रेष्ठता आणि निर्मितीचा दर्जा यांमुळे त्याला सतत प्रथम पुरस्कार मिळत आला आहे. वणी येथील लोकमान्य टिळक महाविद्यालयाचे प्राचार्य म्हणून ते सेवानिवृत्त झाले आणि त्यानंतरच्या काळात साहित्य निर्मिती आणि साहित्य चळवळ यांसाठी त्यांनी स्वतःला वाहून घेतलं आहे. त्यातील त्यांचा महत्त्वाचा प्रकल्प म्हणजे संस्कृतमधील 'कालिदास, भास, शुद्रक, दण्डि, बाणभट्ट आणि श्रीहर्ष यांच्या श्रेष्ठ नाट्यकृतींचा मराठी अनुवाद!' त्यांच्या या रसाळ अनुवादाच्या प्रतीक्षेत मराठी रसिक आहेत.

प्राचार्य राम शेवाळकर यांची वृत्ती उदारमनस्क आणि सर्वांना समवेत घेऊन जाण्याची आहे; त्यामुळे साहित्य क्षेत्रात निर्माण होणाऱ्या नवनव्या प्रवृत्तींचं, प्रवाहांचं, चळवळींचं ते मनःपूर्वक स्वागत करतात. त्या दृष्टीनं त्यांची उपक्रमशीलताही लक्षात घेण्यासारखी आहे. ऋद्धिपूर येथे महानुभाव महंतांचा मेळावा भरवून महानुभाव साहित्याची चर्चा त्यांनी घडवून आणली. मराठवाड्यातील कवींचं दोन दिवसांचं कविसंमेलन, सावरकर साहित्य संमेलन यांचे ते अध्यक्ष होतेच; पण

आदिवासी साहित्य संमेलनाचे ते प्रवर्तक होते, हे लक्षात घेण्यासारखं आहे. त्या संमेलनास त्यांनी पुढे विदर्भ साहित्य संमेलनाचं व्यापक व्यासपीठ उपलब्ध करून दिलं. ग्रामीण, दलित, जैन, बौद्ध, मुस्लीम, ख्रिश्चन अशा अनेकविध संमेलनांद्वारे मराठी साहित्य परिपुष्ट होत जाते आणि कालांतराने तो व्यापक मराठी साहित्याचाच एक भाग बनून राहतो, असा त्यांचा विश्वास आहे.

त्यांच्या विद्वत्तेचा आणि कर्तृत्वाचा उपयोग आज महाराष्ट्रातील अनेक संस्थांना होत आहे. महाराष्ट्र राष्ट्रभाषा सभा, साने गुरुजी कथामाला, महाराष्ट्र साहित्य परिषद, विश्वकोश मंडळ, कला अकादमी, राष्ट्रीय एकात्मता समिती, लोकमान्य टिळक पर्स फंड, मराठी विकास परिषद, नाट्य परीक्षण मंडळ, साहित्य अकादमी, साहित्य-संस्कृती मंडळ, नाट्यमहोत्सव समिती, आकाशवाणी, संतपीठ, पाठ्यपुस्तक मंडळ, प्रौढ शिक्षण संस्था, मराठी साहित्य महामंडळ, महात्मा गांधी अकादमी, मराठी प्राध्यापक परिषद आदि संस्थांची नामावली त्यांच्या व्यापक कर्तृत्वाची साक्ष देणारी आहे. त्यांच्या या सर्वांगीण कार्याचा गौरव अखिल भारतीय मराठी साहित्य संमेलनाच्या अध्यक्षपदी झालेल्या अविरोध निवडीनं झाला आहे.

प्राचार्य राम शेवाळकरांच्या साहित्य संमेलनाच्या अध्यक्षपदामुळे सारेच आश्वस्त झाले आहेत. मराठी साहित्य महामंडळाच्या घटनेप्रमाणे संमेलनाध्यक्षाला त्याच्या कार्यकारिणीमध्ये स्थान नव्हतं. अलीकडे त्यांना आमंत्रित म्हणून बोलावण्याचा प्रघात आहे; त्यामुळे महामंडळाच्या व्यासपीठावरून काही घडवून आणण्यास अध्यक्षांना मर्यादा पडतात. तथापि, प्राचार्य शेवाळकर यांनी आजवर स्वकर्तृत्वानं अनेक कार्ये घडवून आणली आहेत. त्यांनी चाहत्यांचं आणि कार्यकर्त्यांचं मोहोळ निर्माण केलं आहे. त्यांच्या एक वर्षाच्या अध्यक्षीय कारकिर्दीतच नव्हे तर त्यापुढेही त्यांचं साहित्यविषयक कार्य सातत्यानं चालतच राहील, असा विश्वास वाटतो.

◆

मु. प्र. महाजन

या जगण्यावर शतदा प्रेम करावे

सेवानिवृत्तीनंतरची कालक्रमणा ही अनेकांना भेडसावणारी समस्या असते. 'वेळ जात नाही' अशी त्यांची तक्रार असते. काहीजण पुन्हा दुसऱ्या नोकरीत किंवा तत्सदृश व्यापात परततात, तर काही आपली अपुरी कामं पूर्ण करण्यात गुरफटतात; पण सार्वजनिक आनंदाचे उपक्रम उभे करण्यात, त्यांची कार्यवाही करण्यात स्वतःला गुंतवून घेणाऱ्यांपुढे समस्या असते ती 'वेळ पुरत नाही' याची! दिन ढळला आहे, संध्याछाया पसरू लागल्या आहेत याची त्यांना जाणीवही नसते. त्यांच्यासाठी 'नित्य नवा दिवस आनंदाचा' असतो. येता-जाता, उठता-बसता कार्य करत नव्या उपक्रमाची उभारणी आणि त्याचं संयोजन हा त्यांचा निदिध्यास असतो; त्यामुळे त्यांना 'उद्याचं काय?' हा प्रश्नही पडत नाही. ते शरीरानं थकत चालले तरी मनानं तरुणच असतात. काळाची पावलं ऐकू येत असली तरी या चिरतरुण माणसाची ही धडपड कौतुकानं पाहत काळही जणू थबकून राहतो. अशा व्यक्तींचा लोकान्त हाच एकान्त बनलेला असतो. स्थितप्रज्ञ लक्षणांतील 'तो हसतो कसा, बोलतो कसा' याचे (वेगळ्या अर्थाचे) उदाहरण म्हणजे नुकतेच देवाघरी गेलेले महात्मा सोसायटीतील कै. मु. प्र. महाजन होत.

कै. मु. प्र. महाजन हे लँड रेकॉर्डस खात्यातील उच्च पदावरून निवृत्त झाले होते आणि महात्मा सोसायटीतील चौथ्या गल्लीत 'विद्याधन' नावाचा छानसा बंगला (क्रमांक ३४१) बांधून राहत होते. सेवाकाळात त्यांना अनेक ठिकाणी भ्रमंती करावी लागली. त्यांच्या पायाचं चक्र निवृत्तीनंतरही थांबलं नव्हतं. सार्वजनिक जीवनांतील त्यांचा वावर लक्षणीय होता.

मु. प्र. महाजन हे या परिसरात 'महाजन काका' या नावानं परिचित, लोकप्रिय व्यक्तिमत्त्व होतं. सकाळी सोसायटीच्या बागेतील मारुतीचं दर्शन घेऊन त्यांची पदयात्रा सुरू होत असे. वाटेत भेटणाऱ्या माणसांशी 'काय काका,

काय काकू' अशा आपुलकीच्या संबोधनानं प्रत्येकाशी एक-दोन मिनिटं तरी बोलल्याखेरीज त्यांची पुढील वाटचाल होत नसे. 'ए भाऊ, ए बाळा', ही त्यांची आणखी काही संबोधनं! मग तो लहान मुलगा असो, वॉचमन असो किंवा काम करणारी बाई असो! बायकांसाठी प्रसंगी 'ए बाई! ए मावशी' अशी हाक असे; पण या सर्वांचे ते 'महाजन काकाच' असत.

प्रत्येकाच्या भेटीत सर्वांचं कुशल ते विचारत, "काय बाई, आजोबांची तब्येत कशी आहे? अलीकडे काका कुठं दिसले नाहीत?" "परीक्षेत फर्स्ट क्लास मिळाला ना, मग पेढे घ्यायला घरी ये." अशी आपुलकीची चौकशी असे. लहान मूल असेल तर त्याला कुरवाळणं, क्रीडांगणावरून खेळून येणाऱ्या मुलांचं कौतुक करणं, जवळून जाणाऱ्या माणसाला हाक मारून त्याची चौकशी करणं, हा त्यांचा सहजगत लोकसंपर्काचा एक भाग. त्यात कृत्रिमता किंवा नाटकीपणा नसे. त्यातील अगत्य जाणवत असल्यामुळे पुढे जाणारी व्यक्ती थबकत असे आणि काकांशी चार शब्द बोलूनच पुढे जात असे. कुणाच्या घरी सुखद प्रसंग असला तर त्याचा होणारा आनंद आणि दुःखद घटना घडली असली तर विषाद यामुळे झाकोळणारी भावना त्यांच्या चेहऱ्यावर उमटत असे.

महात्मा सोसायटीतील सांस्कृतिक जीवनाचे महाजन काका हे चैतन्य होते. स्वतः चैतन्याने भरलेले आणि इतरांना कार्यप्रवृत्त बनवणारे ते चैतन्यस्त्रोत होते. प्रत्येक महिन्याची संकष्टी चतुर्थी, दास नवमी, रामनवमी यांसारखे उत्सव, गीता जयंती, यशस्वी विद्यार्थ्यांच्या कौतुकासाठी पुरस्कार वितरण समारंभ उत्साहानं होत. दरवर्षी २१ जूनला ते सहस्त्र गायत्री मंत्रजपांचं आवर्तन घडवून आणत.

या सर्वांच्या यशस्वीतेसाठी त्या कार्यक्रमाच्या नियोजनांत महाजन काका सदैव कार्यमग्न राहत. त्यासाठी प्रसंगी मंडप घालणं, कार्यक्रमाचे फलक लिहून ठेवणं, कार्यक्रमाला उपस्थित राहण्यासाठी प्रत्यक्ष भेटीत किंवा दूरध्वनीवरून स्मरण देणं, त्या त्या कार्यक्रमाच्या वेळी सर्वांची चौकशी करणं आणि कार्यक्रमानंतर बैठकीच्या वस्तू व्यवस्थित पोहोचवणं यामध्ये ते व्यग्र असत. यात आनंद घेणारे महाजन काका पाहणं हाही एक आनंदानुभव असे. यावेळी त्यांच्या चेहऱ्यावर ओथंबणारं समाधान त्यांचा शिणवटा दूर करत असे. एक उपक्रम संपताच एक-

दोन दिवसांत त्यांना पुढच्या कार्यक्रमाचे वेध लागत आणि पुन्हा त्यांच्या डोक्यातील आणि पायाची चक्रं फिरू लागत.

महाजन काकांच्या या वैशिष्ट्यांमुळेच सोसायटीच्या गणेशोत्सवातील धार्मिक व्यवस्थापन समितीचं प्रमुखपद त्यांच्याकडे सोपवलं जाई. तरुण मुलांना सार्वजनिक पैशाचा हिशोब काटेकोरपणे ठेवण्यासाठी, गणेशाची पूजा, आरतीच्या प्रसंगी उपस्थित राहण्यासाठी त्यांचा प्रेमळ धाक असे. गणेशोत्सवातील एका दिवशी ते संपूर्ण गीता पठणाचा कार्यक्रम घडवून आणत. हनुमान जयंतीसाठी पहाटेचा अभिषेक, जन्मकाळ, आरती, प्रसाद यांचे सुनियोजन आणि रात्री ७ ते ९ पर्यंत सर्वांसाठी प्रसादवाटपापर्यंत त्यांची धावपळ सुरू असे. त्यांच्या प्रेमळ आग्रहामुळे पहाटे पाचपासूनच बागेतील हनुमान मंदिराजवळ अनेकांची उपस्थिती असे. दासनवमी किंवा रामनवमीसारखे उत्सव ते 'विनायक प्रतिष्ठान'मार्फत करत; पण त्याची प्रेरणा आणि नियोजन त्यांचंच असे. 'विनायक प्रतिष्ठान'चे ते संस्थापक सदस्य आणि अखेरपर्यंत कार्यकारी विश्वस्त होते.

सोसायटीतील यशस्वी विद्यार्थ्यांना बक्षिसं देण्याचा कार्यक्रम ते आवर्जून घडवीत असत. या प्रसंगी त्यांचं प्रास्ताविक शिक्षणाचं महत्त्व, चारित्र्यसंपन्नता, अखंड परिश्रमशीलता, आई-वडील, गुरुजन यांविषयी आदरभाव यांवर भर देणारं असे. रामनवमीला रामजन्मोत्सव प्रसंगी महिला भजनी मंडळाचं भजन, प्रसाद, पन्हं यांचं आयोजन आणि सायंकाळी 'गीत रामायण' किंवा 'महाभारत' यांसारखे कार्यक्रम होत असत. दासनवमीचा कार्यक्रम एखादं व्याख्यान, मनाचे श्लोकपठण यांनी साजरा होई. संकष्टी चतुर्थीला प्रत्येक महिन्यास वेगवेगळ्या व्यक्तींच्या घरी आयोजन, त्या प्रसंगी अर्थवशीर्ष पठणाचा कार्यक्रम - याचा प्रारंभ आणि समाप्ती त्यांच्या पुढाकारानं होत असे.

सुप्रसिद्ध प्रवचनकार डॉ. वेणी माधव उपासनी यांच्या प्रवचनांचा 'भागवत कथा सप्ताह' महाजन काकांनी उत्तम प्रकारे आयोजित केला होता. त्यातील काही कथा-प्रसंगांचं साक्षात् सादरीकरण, भागवत ग्रंथाची मिरवणूक आणि सप्ताह समाप्तीला स्वादिष्ट भोजन प्रसाद हे कार्यक्रम श्रोत्यांच्या चिरस्मरणात राहतील. डॉ. उपासनींच्या प्रेरणेमुळे 'गोकुळाष्टमी'चा उत्सवही साजरा होऊ लागला. त्यातून डॉ. उपासनींच्या

'भागवत कथां'ची प्रवचनं नैमिषारण्यात करण्याची योजना ठरली आणि २००३ च्या मार्च महिन्यात महात्मा सोसायटीतील आम्ही दहाजण त्या यात्रेत सामील झालो. अलाहाबाद, त्रिवेणी संगम, बनारस, बह्मावर्त या ठिकाणांची महाजन काकांसमवेत केलेली ही आनंदयात्रा होती; त्यानंतर पुण्यात सर्वांच्या कुटुंबीयांसह केलेलं गंगापूजन आणि भोजन यांनी तिला पूर्णता आली.

महाजन काकांना त्यांच्या सेवाकाळात आलेले अनुभव श्रवणीय होते. सुप्रसिद्ध ऐतिहासिक कादंबरीकार कै. ना. सं. इनामदार हे महाजन काकांचे वरिष्ठ अधिकारी होते. त्या उभयतांचे पुढे कौटुंबिक जिव्हाळ्याचे संबंध निर्माण झाले. 'राऊ'सारख्या कादंबरी लिहिताना ना. सं. इनामदारांनी केलेल्या शोधयात्रेत महाजन काका त्यांच्यासमवेत होते. इनामदारांनी त्यांच्या प्रस्तावनेत तसा उल्लेख केला आहे. अरुण भाटिया किंवा अजित निंबाळकर यांसारख्या जिल्हाधिकाऱ्यांचेही काही अनुभव ते सांगत. वस्तुस्थिती ध्यानात आल्यानंतर त्वरित निर्णय घेणारे आणि सहकाऱ्यांचं कौतुक करणारे भाटिया तर सौजन्यशील व सहकाऱ्यांसाठी प्रसंगी शक्य ते करणारे निंबाळकर महाजन काकांच्या परिचयाचे होते. जमीन मोजणीतील अनेक अनुभव आणि किस्से त्यांच्याकडून ऐकण्यासारखे असत.

ज्येष्ठ नागरिक संस्थेचे ते सभासद होते. संस्थेच्या किंवा सोसायटीच्या कार्यक्रमाची माहिती आपल्या स्नेह्यांना देऊन त्यांना उपस्थित राहण्याचा आग्रह ते करत. सोसायटीचे बऱ्याच वर्षांपासूनचे रहिवासी असल्याने या परिसरातील विकासाचे, त्यातील चढ-उतारांचे ते एक साक्षीदार होते; त्यामुळे अनुचित घटनांनी ते व्यथित होत असत. काही वेळा आपल्या कडवट भावनाही ते व्यक्त करीत; पण त्यांचा त्यामागील हेतू प्रांजळ असायचा. ज्येष्ठ नागरिकांना काही वेळ एकत्रितपणे बसता यावं, हास्यविनोदात काळ घालवता यावा, त्यासाठी काही सांस्कृतिक कार्यक्रम करता यावेत अशी त्यांची तळमळ असे. त्यांनी स्वतः काही काळ नियामक मंडळावर काम केलं असल्यामुळे ही कार्ये घडत नाहीत, याचा त्यांना सात्त्विक संताप येई. सोसायटीचं बदलतं स्वरूप, नव्यानं होणाऱ्या निवासस्थानांतून राहायला येणाऱ्यांचे नवे विचार यांसारख्या बदलत्या काळातील परिवर्तनाचं स्वरूप त्यांच्या

ध्यानात न आल्यानं त्यांचा प्रामाणिक प्रयत्नही सफल होत नसे; त्यामुळे ते उद्विग्न होत. चांगलं काही घडावं या त्यांच्या सद्हेतूची जाणीव असणाऱ्यांना त्यांच्या या उद्वेगाची कल्पना असली तरी काकांचं मतपरिवर्तन करणं त्यांना अवघड होत असे.

महाजन काका उमद्या स्वभावाचे होते; त्यामुळे त्यांच्याशी बोलण्यात, चेष्टा-मस्करी करण्यात, हास्यविनोदात आम्हा स्नेह्यांना आनंद वाटत असे. आम्ही काही ज्येष्ठ मित्रमंडळी सोसायटीच्या कट्ट्यावर गप्पा-गोष्टी करण्यात संध्याकाळचे काही क्षण घालवत असतो. त्यात महाजन काकाही सहभागी होत. महाजन काकांनी त्यांच्या कार्यात मलाही सहभागी करून घेतल्यामुळे नव्या वातावरणात 'ट्रान्सप्लान्टेशन' झालेल्या आमच्यासारख्या नवागतांना इथे रुजण्यास अडचण पडली नाही. याआधी उल्लेख केलेल्या अनेक प्रसंगांत मी त्यांच्यामुळे सहभागी झालो. काशी, नैमिषारण्याच्या यात्रेसाठी माझ्या विशिष्ट मनःस्थितीत मला त्यांनी प्रोत्साहन दिलं. प्रयाग संगमावरील माझ्या पत्नीच्या वेणीदानाच्या प्रसंगात वडीलकीच्या नात्याने त्यांनी घेतलेला पुढाकार गहिवर आणणारा होता. त्रिवेणी संगमात महाजन काकांना काकूंनी घडवलेला स्नानाचा प्रसंग आमच्या कौतुकाचा व गमतीचाही विषय होता. अयोध्येतील प्राचीन राजवाडे पाहताना ते त्या काळात वावरत होते. नैमिषारण्यातील वास्तव्यात त्यांचा सहवास सुखकारक होता. सर्वांच्या बोलण्यात येणारा त्यांचा विषय हा त्यांनी मिळवलेल्या प्रेमाचं द्योतक होता.

अनेक दिवस आजाराशी झुंजत अखेर महाजन काकांची प्राणज्योत त्यांच्या राहत्या घरी निमाली आणि व्यक्तिशः माझ्या आणि संबंधितांच्या जीवनात एक यातनादामय पोकळी निर्माण झाली. काका गेले; पण एका हिंदी पदात म्हटल्याप्रमाणे 'तू जन्मलास तेव्हा सगळे आनंदाने हसले; पण त्यावेळी तू रडत होतास. जेव्हा तू गेलास, तेव्हा तुझ्या चेहऱ्यावर हास्य होते आणि इतरांच्या डोळ्यांत अश्रू!'

"या जगण्यावर शतदा प्रेम करावे..."

◆

शंकर पाटील

शंकर पाटील - काही स्मृती

शंकर पाटील गेले... मृत्यूशी झगडत; काहीशा निराश अवस्थेत त्यांनी या जगाचा निरोप घेतला. एक उत्कृष्ट कथाकार, कादंबरीकार, पटकथा-संवाद लेखक, वक्ता काळाच्या पडद्याआड गेला. ज्याचा जन्म मातेनंही नाकारला होता; अशा या पाटलाच्या पोरानं स्वतःच्या कर्तृत्वानं आपल्या व्यक्तिमत्त्वाची जडणघडण केली आणि अखिल भारतीय मराठी साहित्य संमेलनाच्या अध्यक्षपदापर्यंत यशस्वी वाटचाल केली. नवकथाकारांच्या 'चौकटी'त त्यांचा समावेश नसला तरी ग्रामीण कथाकार म्हणून त्यांच्या पंक्तीला बसण्याइतकं स्थान त्यांनी निश्चितच मिळवलं होतं.

मराठी ग्रामीण कथेला एक कलात्मक आणि दर्जेदार उंची त्यांनी प्राप्त करून दिली. त्यांचा पिंड मराठी आणि इंग्रजी साहित्याच्या चिंतन, मननावर परिपूर्ण झाला होता; त्यामुळे त्यांच्या कथांना तत्त्वचिंतनाची बैठक लाभली होती. 'धिंड' किंवा 'ताजमहालात सरपंच' यांसारख्या त्यांच्या गाजलेल्या कथांचा बाज विनोदी ढंगांचा असला तरी ग्रामीण जीवनातील बदलत्या प्रवाहांचे बारकावेही त्यांत प्रकट झालेले आहेत. 'वेणी'सारख्या त्यांच्या कथांतून केवळ ग्रामीणच नव्हे तर व्यापक स्त्रीजीवनाच्या व्यथा-वेदनांना भिडण्याची त्यांची ताकद स्पष्ट झाली. वाई महाविद्यालयाच्या स्नेहसंमेलनाचे प्रमुख पाहुणे म्हणून ते आले होते, त्यावेळी त्यांचा परिचय करून देताना मी म्हटलं होतं, 'एका खेडेगावच्या पाटलानं हाती नांगर धरून उसाचा मळा पिकवायचा; पण शंकर पाटलांनी लेखणी हाती धरली आणि साहित्याचा सदाहरित मळा फुलवला.'

शंकर पाटलांचा आणि माझा तसा परिचय असला तरी आम्ही अधिक जवळ आलो ते पुण्याच्या महाराष्ट्र साहित्य परिषदेच्या कार्यकारी मंडळावर आम्हा दोघांचीही निवड झाल्यानंतर १९८५ मध्ये. त्यानंतर आमच्या गाठीभेटी वाढल्या. एकत्र प्रवास अन् काही वेळा पत्रव्यवहारही झाला. महाराष्ट्र साहित्य परिषदेचे

अध्यक्ष म्हणून त्यांची निवड झाली होती आणि 'महाराष्ट्र साहित्य पत्रिके'चा संपादक म्हणून मी निवडून आलो होतो. योगायोगाची गोष्ट अशी की, त्याच वेळी त्यांची अखिल भारतीय मराठी साहित्य संमेलनाच्या नांदेड येथील अधिवेशनाच्या अध्यक्षपदी निवड झाली होती; त्यामुळे 'महाराष्ट्र साहित्य पत्रिके'च्या माझ्या संपादनाखालील पहिल्याच अंकात त्यांच्याविषयीच्या लेखांवर अधिक भर होता. द. मा. मिरासदार, डॉ. भालचंद्र फडके, डॉ. विजया राजाध्यक्ष, पुरुषोत्तम पाटील यांचे शंकर पाटील यांचं व्यक्तिमत्त्व आणि वाङ्मय याविषयीचे लेख त्यात प्रसिद्ध झाले आहेत.

त्यानंतरचा 'महाराष्ट्र साहित्य पत्रिके'चा दिवाळी अंकही 'कथा विशेषांक' म्हणून प्रसिद्ध केला. त्यावेळी माझ्या विनंतीवरून त्यांनी मुद्दाम 'बंधारा' ही कथा लिहून माझ्या स्वाधीन केली. पुढे नांदेडच्या संमेलनास आम्ही गेलो. शंकर पाटलांचं ते भाषण साहित्यविषयक चिंतन आणि अनुभव यांतून स्फुरलेलं होतं. त्यावेळी ते म्हणाले होते, 'लेखन हाच लेखकाचा श्वास बनला पाहिजे. त्याच धुंदीत आपण सदैव असलं पाहिजे. मग अनुभवांचा तुटवडा भासत नाही. तंबोऱ्याच्या तारा जुळवून ठेवलेल्या असल्या म्हणजे लहानशा स्पर्शानं देखील त्यातून सप्तकार निघतो. लेखक, कलावंतांच्या अनुभवाचं असंच आहे. त्याच्या जाणिवेच्या तारा जुळलेल्या असल्या की, एखाद्या लहानशा प्रसंगानं किंवा एखाद्याच्या तोंडच्या वाक्यानंही अनुभव स्वरूप घेऊ लागतो; स्पंदनं जाणवू लागतात. त्यासाठी कलावंत म्हणून आपलं व्यक्तिमत्त्व आपण किती संपन्न करतो, त्यावरही ही क्षमता थोडीफार अवलंबून असते.'

नांदेडच्या या संमेलनात अध्यक्षीय भाषण करण्यास ते उभे राहिले. समोर प्रचंड श्रोतृवर्ग होता. एवढ्यात एका गृहस्थाने मध्येच उभा राहून प्रश्न विचारला, 'कथा अकलेच्या कांद्याची हे वगनाट्य मुळात श्री. साठे यांचं असताना तुम्ही लेखक म्हणून स्वतःचं नाव का घालता?' श्री. शंकर पाटील शांतपणे तो प्रश्न ऐकत होते. श्रोते या अचानक प्रश्नामुळे स्तंभित झाले होते; पण पाटील खंबीरपणे उत्तर देताना म्हणाले, "होय, ती कथा मूळची श्री. साठे यांचीच आहे; मी फक्त त्याचे संवाद लिहिले आहेत. जाहिरातीत तसा उल्लेखही

आहे. तो जरा काळजीपूर्वक वाचा.'' असं ठणकावून सांगून ते आपल्या मूळ विषयाकडे वळले.

संमेलनाला आलेल्या प्रतिनिधींची ते अगत्यानं चौकशी करत. भोजन मंडपामध्ये भोजन करणाऱ्या प्रतिनिधींपुढे जाऊन 'भोजन कसं आहे?' असं विचारत. त्यांच्या सोबत स्वागताध्यक्ष श्री. शामराव कदम हेही होते. ते माझ्यासमोर आले, त्यावेळी त्यांचेच शब्द वापरून मी त्यांना म्हणालो, ''शंकरराव, तुमचं भाषण आणि आताचं हे जेवण एकदम 'जंक्शन' झालं.'' हे ऐकताच ते आणि श्री. शामराव कदम दोघंही खळखळून हसले.

त्यानंतर दि. ६ आणि ८ फेब्रुवारी, १९८८ रोजी सावंतवाडी येथे भरलेल्या 'लेखक मेळाव्या'साठी आम्ही एकत्र गेलो. सोबत श्री. राजेंद्र बनहट्टी, राजा फडणीस, म. म. कुलकर्णी, डॉ. गं. ना. जोगळेकर हेही होते. सकाळी ८ वाजता आम्ही पुण्यात श्री. शंकर पाटील यांच्या घरी जमलो. लीलावहिनींनी सर्वांना भरपूर अल्पोपाहार दिला आणि आम्ही मेटॅडोर गाडीतून निघालो. कोकण रत्नागिरी साहित्य संघ आणि महाराष्ट्र साहित्य परिषद यांच्या वतीने हा मेळावा भरला होता. कार्यकारिणीचे एक सदस्य आणि प्रसिद्ध कवी डॉ. वसंत सावंत संयोजक होते. पंचम खेमराज महाविद्यालयात 'विद्यार्थी सदना'च्या सभागृहात हे कार्यक्रम झाले. मेळाव्याचं उद्घाटन आणि रात्री शंकर पाटलांच्या कथाकथनाचा शानदार कार्यक्रम झाला. दुसऱ्या दिवशी 'कवी संमेलन', 'साहित्य आणि व्याकरण' या विषयावर परिसंवाद झाला; नंतर 'साहित्यिक गप्पा' असे कार्यक्रम झाले. या निमित्तानं एक छोटं साहित्य संमेलन झाल्याचा आनंद सावंतवाडीकरांना झाला.

आम्ही त्याच दिवशी सायंकाळी परत निघालो; पण कणकवलीच्या अलीकडे गाडी बंद पडली. शंकर पाटलांनी नेमका दोष सांगितला. ड्रायव्हर कणकवलीस गेला आणि तात्पुरती व्यवस्था करून त्यानं गाडी कणकवलीपर्यंत नेली. त्या रात्री आम्हाला कणकवलीत मुक्काम करावा लागला.

दुसऱ्या दिवशी सकाळी आम्ही कणकवलीहून निघालो. घाट चढून गाडी सपाटीवर आली आणि गाडीच्या एअरकंडिशनिंगच्या वायरमधून हळूहळू धूर येऊ लागला. गाडी थांबवून आपआपले

सामान घेऊन आम्ही भराभरा खाली उतरलो आणि दूरवर थांबलो. गाडी धुरानं पूर्ण भरून गेली होती. एवढ्यात घाटातून एक ट्रक वर आला. सगळीकडे धूर पाहून ट्रकचा ड्रायव्हर आणि त्याच्या बरोबरचे लोक खाली उतरले. त्यांनी प्रथम वायर तोडून टाकला, धूर कमी होत गेला; हवी ती दुरुस्ती झाली. आम्ही धास्तावलेले, बाजूस उभे होतो. शंकर पाटील मिस्कीलपणे आमची अवस्था पाहत होते. गाडीत पुन्हा बसताना ते आपल्या विशिष्ट स्टाइलमध्ये म्हणाले, 'अवो, यंतारच म्हटल्याल हाय हे. कवातरी असं हुणारच!' यावर ते आणि आम्ही सगळेच हसलो. मनावरचा ताण दूर झाला होता.

प्रसिद्ध साहित्यिक श्री. म. माटे यांच्या जन्मशताब्दीनिमित्त मी 'महाराष्ट्र साहित्य पत्रिके'चा 'श्री. म. माटे जन्मशताब्दी विशेषांक' प्रसिद्ध केला. या अंकासाठी लेखन करण्याची विनंती मी शंकर पाटलांना पत्रानं केली. त्याच्या उत्तरात शंकर पाटलांनी म्हटलं होतं, 'तुम्हा प्राध्यापकांना टिपणे काढण्याची आणि हुकमी लेखनाची सवय असते. माझ्याकडे असं साहित्य हाताशी उपलब्ध नाही' असं सांगून त्यांनी आपली असमर्थता व्यक्त केली होती. मला आलेलं त्यांचं हे पहिलं पत्र. दुसरं पत्र ठीक एक वर्षापूर्वीचं आहे. त्यावेळी 'दूरदर्शन'वर त्यांच्या कथांवर आधारित 'प्रतिबिंब' ही मालिका सुरू होती.

पहिली कथा 'बंधारा' ही होती आणि ती त्यांनी माझ्या विनंतीवरून 'महाराष्ट्र साहित्य पत्रिके'साठी लिहिली होती. ती दूरदर्शनवर सादर झाल्यानंतर मी शंकर पाटलांना एक पत्र लिहिलं. दि. १९ ऑगस्ट, १९९३ रोजी त्यांनी माझ्या पत्राचं उत्तर पाठवलं. कथालेखक म्हणून त्यांची त्यातील प्रतिक्रिया बोलकी आहे. आपल्या पत्रात ते म्हणतात–

शंकर पाटील
'सिंधू', पत्रकारनगर, पुणे ४११०५३.

प्रिय श्री. वसंतराव यांस,
सप्रेम नमस्कार,

आपले दि. २८ जुलै, १९९३ चे पत्र मिळाले. दूरदर्शनवर दाखविण्यात आलेल्या 'प्रतिबिंब' या मालिकेतील 'बंधारा' ही कथा

आम्ही सर्वांनी पाहिली. तुम्हाला ती परिणामकारक वाटली, याचा थोडा आनंद वाटतो; पण खरे म्हणाल तर विषादच अधिक वाटला. ग्रामीण कथांचे असे-तसे चित्रीकरण मुंबईतल्या कलाकारांना जमत नाही आणि जे करतात ते स्टुडी ग्रामीण असते. मुळातला नैसर्गिक गोडवा त्यात राहत नाही. आपल्याला जे आवडले असेल ते कथेतच मुळात ताकद असल्यामुळे! चित्रीकरणामुळे जे आणखी पैलू पडायला पाहिजेत तसे काही चिन्ह मला जाणवेना. म्हणून ते लिखाण मी तूर्त तरी बंदच केले आहे. थोड्या वेळात कथा, कशीनशी करणे म्हणजे जुन्या कपड्यांचे गाठोडे बांधण्यासारखे वाटते. असे करण्यापेक्षा आणि मन मारून तडजोड स्वीकारण्यापेक्षा न लिहिलेले काय वाईट? आपल्या मनाला क्लेश तर होत नाहीत. आपल्या पत्राने आनंद वाटला. लोभ आहेच; वृद्धी व्हावी.

स्नेहांकित,
शंकर पाटील

जीवनातील भेदक वास्तव आणि मनुष्याची नियती यांचं मार्मिक चित्रण त्यांच्या 'बंधारा' या कथेत झालं आहे. शंकर पाटील आता अधिकाधिक अंतर्मुख होत चालले होते आणि एकूणच विश्वाच्या या पसाऱ्यात मनुष्याच्या अहंकारी अस्तित्वाला काही अर्थ नाही, हे त्यांना जाणवू लागलं होतं. कौटुंबिक जीवनातही ते खंतावले होते. त्यांचा मुलगा काविळीचं निमित्त होऊन अलीकडंच देवाघरी गेला होता. त्यांच्यावर हा मोठा आघात होता. शारीरिक व्याधींनी त्यांचं शरीर पोखरून निघालं होतं आणि शेवटी अटळ ते घडलं होतं.

◆

‘पद्मश्री’ डॉ. विनायक कृष्ण गोकाक

प्राचार्य गोकाक

'पद्मश्री' डॉ. विनायक कृष्ण गोकाक यांना या वर्षीचा 'ज्ञानपीठ पुरस्कार' मिळाल्याचं वृत्त त्यांच्या चाहत्यांना आणि माझ्यासारख्या त्यांच्या राजाराम कॉलेजमधील विद्यार्थ्यांना सुखावणारं आहे. एक शिक्षणतज्ज्ञ, उत्तम प्रशासक म्हणून कुलगुरू किंवा प्राचार्यपदावर असताना त्यांची ख्याती होतीच. तथापि, एक उत्कृष्ट कवी, समीक्षक, नाटककार, कादंबरीकार या नात्यांनी रसिकमनात त्यांनी मानाचं, आदराचं, जिव्हाळ्याचं स्थान प्राप्त करून घेतलं आहे. त्यांच्या या क्षेत्रातील कर्तृत्वाचा उचित सन्मान 'ज्ञानपीठ पुरस्कार'नं झाला आहे.

राजाराम कॉलेजच्या प्राचार्यांच्या परंपरेत डॉ. बाळकृष्ण, बॅ. बाळासाहेब खर्डेकर, डॉ. आप्पासाहेब पवार, प्राचार्य वि. कृ. गोकाक, रँग्लर पत्रावळी, प्रा. आर्मेन्डो मेनेझिस यांसारखे दिग्गज होते आणि राजाराम कॉलेज हे कोल्हापूरचं भूषण होतं. १९५० ते १९५३ या तीन वर्षांत प्राचार्य गोकाक राजाराम कॉलेजमध्ये प्राचार्य असताना या महाविद्यालयात शिक्षण घेण्याची संधी आम्हाला मिळाली.

प्राचार्य गोकाक यांची पाश्चात्त्य वेशभूषेतील उंचीपुरी गंभीर मुद्रेची मूर्ती आदर आणि दबदबा निर्माण करत असे. कोणत्याही क्षेत्रातील मातब्बर व्यक्तीचं भाषण मेन हॉलमध्ये होत असे. पाहुण्यांच्या भाषणानंतर होणारा प्राचार्य गोकाक यांचा अध्यक्षीय समारोप मूळ भाषणात भर घालणारा आणि म्हणून संस्मरणीय ठरत असे. त्यांच्या उपस्थितीने वातावरण भारून जाई. नाट्य, क्रीडा, साहित्य या विषयांना त्यांनी उत्तेजन दिलं. त्यासाठी 'लोटस सर्कल' नावाचं एक वाङ्मय चर्चा मंडळ त्यांच्या प्रेरणेनं स्थापन झालं होतं. आम्ही त्याचं 'कमल मंडळ' असं मराठीकरण केलं होतं.

एका वर्षी (१९५२-५३) (कै.) प्रा. का. धो. पेडणेकर या मंडळाचे कार्याध्यक्ष आणि मी कार्यवाह होतो. पंधरा दिवसांतून एकदा सर्वांनी जमायचं आणि सभासदांच्या कथा, कविता आदी साहित्यावर चर्चा करायची, असं त्याचं स्वरूप होतं. स्वतः प्राचार्य गोकाक यांना मराठी भाषा चांगली

अवगत होती; त्यामुळे कथेचा किंवा कवितेचा आशय आणि शैली त्यांच्या त्वरित ध्यानात येई आणि आपल्या मार्मिक विवेचनातून ते त्याचे प्रेरक मूल्यमापन करत. डॉ. मंगेश नाडकर्णी, यशोदा गोकाक, दत्ता कदम, डॉ. सौ. विजया राजाध्यक्ष, डॉ. सौ. सुहासिनी इर्लेकर, डॉ. आवळीकर, श्रीरंग शुक्ल, डॉ. मधु कुलकर्णी, प्रा. यशवंत शिराळकर, अरुण चव्हाण, विलास साळोखे, नाना शहाणे यांसारख्या 'लोटस सर्कल'च्या त्यावेळच्या सदस्यांनी भावी आयुष्यात आपल्या क्षेत्रात चांगलं नाव कमावलं. आम्ही ज्युनिअर बी. ए.च्या वर्गात असताना प्राचार्य गोकाक यांनी आम्हाला शेक्सपिअरचं 'ऑथेल्लो' हे नाटक शिकवलं होतं. मूळ संहितेचं त्यांचं वाचन इतकं प्रभावी असे की, नाटकाचा आशय सुलभपणे विद्यार्थ्यांच्या अंतरंगात शिरत असे.

त्यांच्या प्राचार्यपदाच्या काळात स्नेहसंमेलनामध्ये आचार्य अत्रे यांच्या 'साष्टांग नमस्कार' या नाटकाचा प्रयोग करण्यात आला. त्यावेळी पॅलेस थिएटरमध्ये (आताचे केशवराव भोसले नाट्यगृह) आमचे स्नेहसंमेलन होत असे. या प्रयोगाचं वैशिष्ट्य असं की, त्यावेळी नाटकातील स्त्री भूमिका विद्यार्थिनी करणार होत्या आणि हा विद्यार्थी-विद्यार्थिनींचा पहिलाच संयुक्त प्रयोग होता; त्यामुळे वातावरणात उत्सुकता होती. प्रयोग सुरू होण्यापूर्वी प्राचार्य गोकाक रंगभूमीवरील पडद्याच्या बाहेर आले आणि त्यांनी सर्व विद्यार्थ्यांना आवाहन केलं, 'आजच्या प्रयोगाकडे साऱ्या राज्याचं लक्ष लागून राहिलं आहे आणि माझी खात्री आहे की, माझे विद्यार्थी या प्रयोगाला कोणतंही गालबोट लागू देणार नाहीत.' असा त्यांचा या आवाहनाचा आशय होता आणि त्याचा योग्य तो परिणाम होऊन नाट्यप्रयोग यशस्वीपणे पार पडला.

राजाराम कॉलेजमध्ये येऊन भाषण देण्यात त्यावेळच्या अनेक नामवंतांना आनंद व अभिमान वाटत असे. याला कॉलेजची परंपरा आणि प्राचार्य गोकाक यांचं नेतृत्व कारणीभूत होतं. पृथ्वीराज कपूर, स्नेहप्रभा प्रधान, तर्कतीर्थ लक्ष्मणशास्त्री जोशी, न्या. एम. सी. छगला अशी अनेक ख्यातनाम माणसं यावेळी येऊन गेली. न्या. छगला यांनी प्राचार्य गोकाक यांच्या नावाचा 'प्रिन्सिपल गोकाक' असा केलेला उच्चार आजही माझ्या स्मरणात आहे.

प्राचार्य गोकाक त्यावेळी बावडा रस्त्यावर न्यू पॅलेसजवळील एका बंगल्यात राहत. तसा प्राचार्य गोकाक यांचा मूळ पिंड अध्यात्मप्रवण होता. त्यांचे वडील बेळगावजवळील श्रीपंत महाराज बाळेकुंद्री यांचे भक्त होते. प्राचार्य गोकाक यांच्या बैठकीच्या खोलीतील भिंतीवर योगी श्री. अरविंद आणि कविवर्य द. रा. बेंद्रे यांची आकर्षक छायाचित्रं होती. पुढे प्राचार्य गोकाक श्री सत्यसाईबाबा यांचे अनुग्रहित आणि त्यांच्या काही संस्थांचे प्रमुखही बनले. त्यांची ही अध्यात्मप्रवण, चिंतनशील वृत्ती यांच्या साहित्याच्या बुडाशी आहे; त्यामुळे त्याला एक व्यापक परिमाण लाभलं आहे.

कॉलेजच्या कॉरिडॉरमध्ये, पोर्चमध्ये किंवा बागेमध्ये तास चालू असताना कोणी रेंगाळत असलेले त्यांना आवडत नसे. प्राचार्य गोकाक तिकडे येताना दिसले की, विद्यार्थी इकडे-तिकडे पळत सुटत. अशा वेळी सापडलेल्या एका विद्यार्थ्याला तो टी-शर्ट घालून कॉलेजला आल्याबद्दल गोकाक यांनी चांगलंच खडसावलं होतं. कोल्हापुरातील वातावरणात प्राचार्य गोकाक चांगलेच रुळले होते, एकरूप झाले होते. कोल्हापुरातच वास्तव्य करण्याची त्यांची इच्छा असल्याचे आम्ही ऐकून होतो; पण अकस्मात बदलीचा हुकूम आला आणि त्यांना कोल्हापूर सोडावं लागलं. त्यावेळची त्यांची खिन्न, उदास मुद्रा मला अद्याप आठवते.

राजाराम कॉलेजच्या प्राचार्यांचा आणि आमच्या गुरुवर्यांचा 'ज्ञानपीठ पुरस्कारा'नं झालेला गौरव आम्हा विद्यार्थ्यांची मान उंचावणारा आहे.

सुप्रसिद्ध कन्नड साहित्यिक, 'ज्ञानपीठ पुरस्कार' विजेते प्राचार्य विनायक कृष्ण गोकाक यांची जन्मशताब्दी या वर्षी साजरी होत आहे. प्राचार्य गोकाक कोल्हापूरच्या राजाराम कॉलेजचे प्राचार्य असताना, त्यांचा विद्यार्थी म्हणून त्यांच्या अध्यापनाचा लाभ आम्हाला झाला. त्यांनी आम्हाला शेक्सपियरचं 'ऑथेल्लो' हे नाटक शिकवलं होतं. प्राचार्य गोकाक यांची पाश्चात्त्य वेशभूषेतील उंचीपुरी गंभीर मुद्रेची मूर्ती आदर आणि दबदबा निर्माण करीत असे.

डॉ. बाळकृष्ण, बॅ. बाळासाहेब खर्डेकर, रँग्लर पत्रावळी, वि. कृ. गोकाक, आर्मेन्डो मेनेझिस ही दिग्गज मंडळी राजाराम कॉलजचं

भूषण होती. प्राचार्य गोकाक यांना मराठी भाषा व साहित्य यांचा चांगला परिचय होता. विद्यार्थ्यांच्या साहित्यगुणांना प्रोत्साहन देण्यासाठी 'लोटस सर्कल' हे वाङ्मयीन व्यासपीठ त्यांनी सुरू केले; मी त्याचा सेक्रेटरी होतो. विद्यार्थ्यांच्या कथा, कविता याबाबत ते विद्यार्थ्यांसमवेत चर्चा करत. काही विद्यार्थ्यांच्या कविता संग्रहांना त्यांनी इंग्रजीत प्रस्तावनाही लिहिल्या होत्या. यातून पुढे त्यांचे अनेक विद्यार्थी मराठीतील कवी, कथाकार, समीक्षक आणि संशोधक म्हणून ख्यातनाम झाले.

प्राचार्य गोकाक यांनी कन्नड आणि इंग्लिश भाषेत विपुल आणि महत्त्वपूर्ण ग्रंथरचना केली. काव्य, कथा, नाटक, कादंबरी, समीक्षा असे विविध वाङ्मयप्रकार त्यांनी हाताळले. 'कलोपासक' या त्यांच्या १९३४ मधील काव्यसंग्रहाने त्यांच्या काव्यलेखनास प्रारंभ झाला आणि १९५७ मध्ये प्रसिद्ध झालेल्या 'द्यावापृथिवी' या त्यांच्या संग्रहास 'साहित्य अकादमी पुरस्कार' प्राप्त झाला. ज्या काळात मराठी नवकवितेचा आविष्कार मराठीत होत होता, त्याच काळात प्राचार्य गोकाकांचा 'नव्यकवितेगळु' हा नवकाव्याचा संग्रह प्रसिद्ध झाला. काव्यामध्ये त्यांनी रचनेचे अनेक प्रयोग केले. नवकवितेचे ते प्रमुख पुरस्कर्ते होते. त्यांचा जीवनविषयक दृष्टिकोन त्यांनी लिहिलेल्या 'युगांतर' या नाटकातून व्यक्त झाला आहे.

एक कन्नड व एक इंग्रजी अशा दोन कादंबऱ्याही त्यांनी लिहिल्या. त्यांचं विलक्षण समीक्षा लेखनही चांगलंच गाजलं. परदेशातील प्रवासी अनुभवांवर, तेथील समाज आणि संस्कृती यावर आधारित 'समुद्राचे विंद' हे प्रवासवर्णन प्रसिद्ध आहे. इंग्रजीमध्ये त्यांनी 'द पोएटिक ॲप्रोच टू लँग्वेज', 'इंग्लिश इन इंडिया : इट्स प्रेझेंट अँड फ्युचर', 'इंडिया अँड वर्ल्ड कल्चर' हे महत्त्वपूर्ण ग्रंथ लिहिले. कविवर्य द. रा. बेंद्रे आणि महर्षी अरविंद ही त्यांची आदराची श्रद्धास्थानं होती. त्यातूनच 'डी. आर. बेंद्रे - पोएट ॲड सीअर' यांसारखे ग्रंथ निर्माण झाले.

त्यांचा आध्यात्मिक आणि मानवतावादी पिंड त्यांच्या अखेरच्या काळात श्रीसत्यसाईबाबा यांच्या शैक्षणिक संस्थांच्या विकासासाठी कार्यरत झाला. महर्षी अरविंद यांच्या तत्त्वज्ञानाचाही त्यांच्यावर प्रभाव होता.

प्राचार्य विनायक कृष्ण गोकाक यांच्या साहित्य व शैक्षणिक क्षेत्रांतील विविध प्रकारच्या भरीव कार्यामुळे अनेक सन्मान त्यांच्याकडे चालत आले. बेल्लारी येथील कन्नड साहित्य संमेलनाचे ते अध्यक्ष होते. अनेक राष्ट्रीय व आंतरराष्ट्रीय साहित्य व शिक्षण शास्त्रावरील परिषदांत त्यांनी भारताचं प्रतिनिधित्व केलं. भारत सरकारनं त्यांना 'पद्मश्री' ही पदवी सन्मानपूर्वक दिली. अनेक विद्यापीठांनी त्यांना सन्माननीय डी.लिट्. ही पदवी प्रदान केली. १९९१ मध्ये त्यांना सर्वोच्च असा 'ज्ञानपीठ पुरस्कार' प्राप्त झाला. ते काही काळ 'ज्ञानपीठ'चे सभासदही होते.

प्राचार्य गोकाक यांनी 'विनायक' या टोपणनावानं कन्नडमध्ये काव्यलेखन केलं. त्यांचे गौरवपर तीन ग्रंथ प्रसिद्ध झाले, 'विनायक', 'विनायक वाङ्मय' आणि 'सिद्धीविनायक मोदक' या नावांनी. अशा या चतुरस्त्र व्यक्तिमत्त्वाच्या साहित्यिक आणि शिक्षणतज्ज्ञाचा जन्म दि. ९ ऑगस्ट, १९०९ रोजी धारवाड जिल्ह्यातील सावनूर येथे झाला. २००९ हे त्यांचे संस्मरण वर्ष. कर्नाटकातील मराठी साहित्य संशोधनाबद्दल 'महाराष्ट्र साहित्य परिषदे'कडून मला 'विनायक कृष्ण गोकाक' हा सन्मानाचा पुरस्कार प्राप्त झाला, याची मला धन्यता वाटते. गुरुवर्य गोकाक यांच्या जन्मशताब्दीनिमित्त त्यांच्या विद्यार्थ्याची ही आदरांजली.

◆

डॉ. शं. बा. जोशी

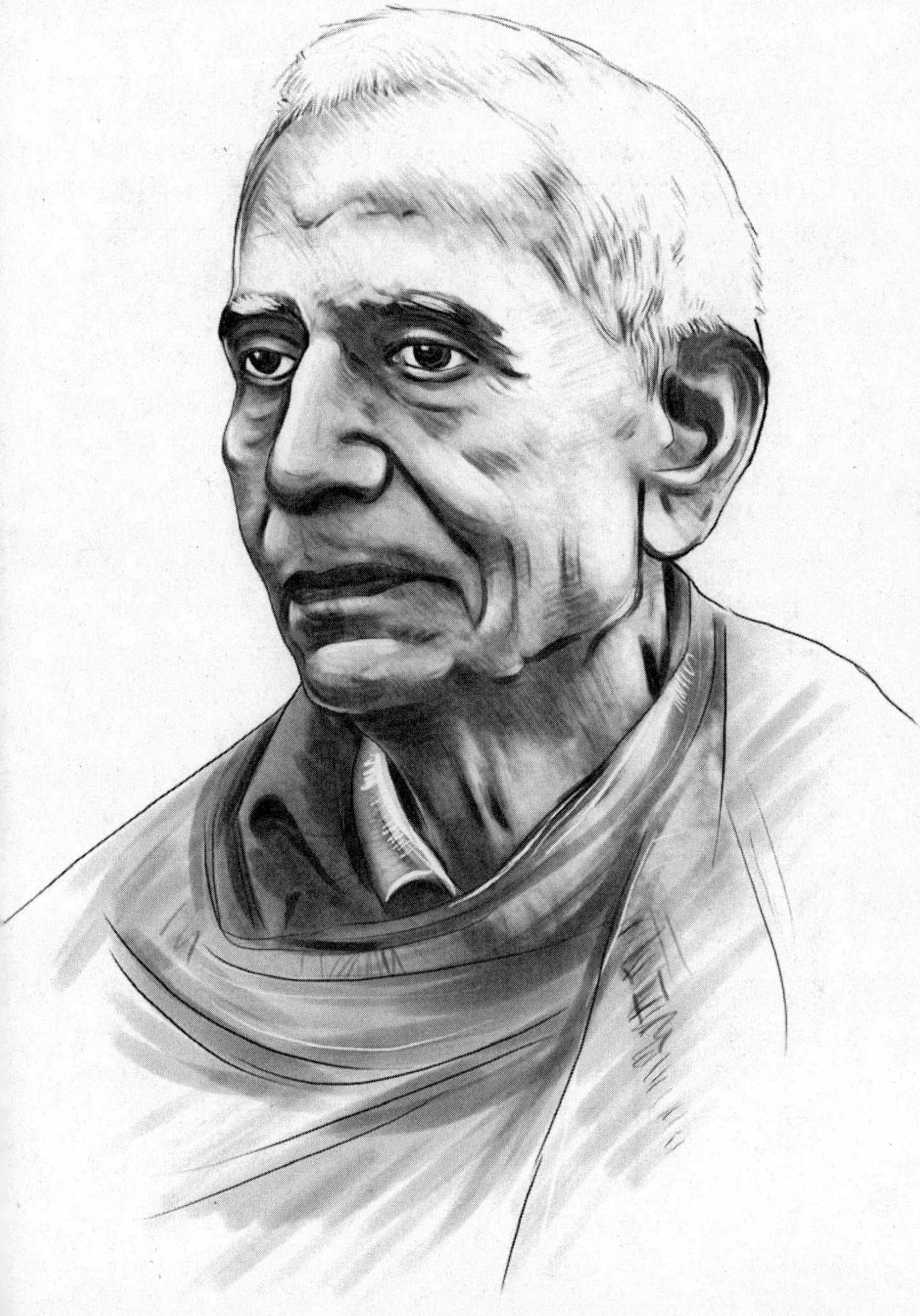

एका युगाचा अंत

धारवाड येथील कर्नाटक कॉलेजमध्ये मराठीचा प्राध्यापक म्हणून काम करीत असताना माझा डॉ. शं. बा. जोशी यांच्याशी निकटचा संबंध आला. अत्यंत स्पष्ट, निर्भीड, परखड, लोकसमजांना जबरदस्त धक्के देणारी, आपल्या व्यासंगातून निष्पन्न झालेली मते ते सातत्याने मांडत राहिले; त्यामुळे कर्नाटकातील साहित्यिक आणि सांस्कृतिक जीवनात 'शं. बा' हे एक वादळी आणि वादग्रस्त व्यक्तिमत्त्व बनून राहिलं. कन्नड साहित्यसृष्टीत 'शंबा' याच लघुनामरूपात त्यांना ओळखलं जातं. आंतरिक स्पष्टतेमुळे आणि काहीशा आग्रहीपणामुळे कोणत्याही साहित्यिक टोळीशी ते निगडित नव्हते. कन्नड साहित्यातील चार मान्यवरांना आजवर ज्ञानपीठ पुरस्कार मिळाला. त्याच मालिकेत शोभणारं 'शं. बा. जोशी' हे नाव होते. तथापि, त्यांचं संशोधनकार्य इतकं प्रभावी आणि महत्त्वपूर्ण होतं की, संबंधितांना त्यांची दखल घेणं क्रमप्राप्त होतं.

विविध सन्मान व पुरस्कार

त्यांच्या 'कर्नाटक संस्कृतीय पूर्वपीठिके' या ग्रंथास १९७१चा साहित्य अकादमी पुरस्कार लाभला होता. त्याशिवाय त्यांना वेळोवेळी अनेक पुरस्कार आणि सन्मान प्राप्त झाले ते असे : १) कन्नड भाषेतील साहित्यसेवेबद्दल १९७१ मध्ये म्हैसूर विश्वविद्यालयाने त्यांना डी.लिट्. ही पदवी दिली. २) मराठी भाषेतील 'मऱ्हाटी संस्कृती : काही समस्या' या ग्रंथास पुरस्कार देऊन मुंबई मराठी ग्रंथसंग्रहालयानं त्यांना व्याख्याना-साठी निमंत्रित केलं होतं. पूर्वीच्या म्हैसूर सरकारच्या 'देवराज आईज' कमिटीकडून उत्कृष्ट ग्रंथांना तीनशे रुपयांचं पारितोषिक दिलं जात असे. श्री. शं. बा. जोशी यांच्या १) कर्नाटक वीर क्षत्रियरु (१९३६), २) कन्नडद नेले (१९३९), ३) ऐडगुळ हेळुव कन्नड कथे (१९४७) या तिन्ही ग्रंथांना ती पारितोषिके मिळाली. ४) शं. बा. यांच्या चाहत्यांनी त्यांच्या आवडीच्या विषयांवरील अधिकारी व्यक्तींच्या लेखांचा 'अनुग्रह' या नावाचा एक बृहद् गौरव ग्रंथ त्यांना अर्पण केला होता.

५) साहित्य अकादमीने त्यांच्या ज्या ‘कर्नाटक संस्कृतीय पूर्वपीठिके’ या ग्रंथास पुरस्कार दिला, तो कर्नाटक संस्कृतीची पूर्वपरंपरा सांगणारा आणि तिच्या अनेकांगांवर नव्यानं प्रकाश टाकणारा असा ग्रंथ आहे. १९६७ मध्ये त्यांच्या या ग्रंथावर त्या वेळचे कर्नाटक विश्वविद्यालयाचे कुलगुरू डॉ. दादासाहेब पावटे यांच्या अध्यक्षतेखाली एक परिसंवाद आयोजित करण्यात आला होता. याचप्रसंगी त्यांचा सत्कार करण्यात आला. ६) मडिकेरी येथे भरलेल्या कन्नड साहित्य संमेलनाच्या अध्यक्षपदाचा बहुमान त्यांना मिळाला होता. ७) गदग येथे मार्च १९९१ मध्ये इंदिरा संत यांच्या अध्यक्षतेखाली भरलेल्या कर्नाटक राज्य मराठी साहित्य परिषदेच्या पहिल्या मराठी साहित्य संमेलनात शाल व श्रीफळ देऊन त्यांचा सत्कार करण्यात आला होता.

मराठी साहित्याला योगदान

कर्नाटक-महाराष्ट्राच्या संस्कृतीतील समान दुवे उलगडून दाखविणारा ‘मऱ्हाटी संस्कृती : काही समस्या’ हा ग्रंथ आचार्य स. ज. भागवत यांनी आंतरभारती प्रकाशनाच्या वतीने १९५२ मध्ये प्रसिद्ध केला. त्याची महती मराठी अभ्यासकांना पटल्यामुळे १९८० मध्ये या ग्रंथाची दुसरी आवृत्ती प्रसिद्ध करण्यात आली. शं. बा. यांच्या आग्रहामुळे आणि विश्वासामुळे मला या ग्रंथाचे संपादन व काही लेखनही करावे लागले. ‘नवभारत’, ‘सत्यकथा’, ‘छंद’, ‘प्रतिष्ठान’ अशा मराठीतील प्रतिष्ठित नियतकालिकांतून त्यांचे अनेक संशोधनपर लेख प्रसिद्ध झाले आहेत. ‘नवभारत’मध्ये ‘नार’ व ‘आप’ संप्रदाय ‘अदिती व अंभृणि’ यांसारख्या विषयांवर त्यांनी लेखन केले. वैदिक वाङ्मयाचा त्यांचा गाढा व्यासंग होता. ‘वैदिक संस्कृती : काही समस्या’ हा त्यांचा संकल्पित ग्रंथ दुर्दैवानं पूर्ण होऊ शकला नाही. भावी संशोधकांना आयुष्यभर पुरेल इतकी सामग्री त्यांच्या या लेखनात सामावलेली आहे. मऱ्हाटी संस्कृती : काही समस्या’ या त्यांच्या ग्रंथानं साहित्य क्षेत्रात मोठी खळबळ उडवून दिली होती. त्यातील काही विधानांमुळे वादाची रणे माजली, तर काही मते काळाच्या ओघात टिकून स्वीकारार्ह वाटू लागली आहेत. त्यांनी मांडलेल्या विचारांच्या दिशेने अजून बरीच वाटचाल करावी लागणार असल्याची जाणीव जाणत्या संशोधकांना झाली आहे. त्यांच्या या ग्रंथावर उलटसुलट अशी खूप चर्चा झाल्यामुळे

मराठी वाचकांना त्यांचा चांगला परिचय झालेला आहे.

स्वातंत्र चळवळीतील सहभाग :

डॉ. शंकर बाळदीक्षित जोशी यांचा जन्म बेळगाव जिल्ह्यातील गुर्लहोसूर या धार्मिक व सांस्कृतिकदृष्ट्या प्रसिद्ध गावी ४ जानेवारी, १८९६ रोजी झाला. सुप्रसिद्ध मराठी नाटककार अण्णासाहेब किर्लोस्कर हेही याच गावचे. घरची सांपत्तिक स्थिती चांगली नसल्यामुळे त्यांना उच्च शिक्षण तर नाहीच; पण माध्यमिक शिक्षणही घेणंही शक्य झालं नाही. तथापि, प्राथमिक कन्नड शिक्षण घेतल्यानंतर धारवाड येथील प्रायमरी टीचर्स ट्रेनिंग कॉलेज फॉर मेन येथे ते प्रशिक्षणासाठी दाखल झाले. तेथील तीन वर्षांचा शिक्षणक्रम त्यांनी १९१९ मध्ये पूर्ण केला. त्यात यशस्वी झालेल्या विद्यार्थ्यांत त्यांनी दुसरा क्रमांक संपादन केला. त्यानंतर १९२० मध्ये त्यांची चिकोडी येथे प्राथमिक शिक्षक म्हणून नियुक्ती झाली. त्यावेळी देशात असहकाराची चळवळ सर्वत्र फोफावली होती. स्वतंत्र बुद्धीच्या आणि भारतीय संस्कृतीचे अथांग प्रेम असणाऱ्या श्री. जोशींनी राष्ट्रसेवेच्या आणि दास्यमुक्तीच्या या संग्रामात भाग घेण्यासाठी सरकारी नोकरी सोडली आणि ते धारवाडला आले. त्यांनी शक्य त्या रीतीने असहकार आंदोलनात भाग घेतला. १९२१ मध्ये भारतीय क्रांतिकारक अरविंद घोष यांच्या जीवनावर एक ग्रंथ लिहून त्यांनी तो प्रकाशित केला. वाचकांनी आणि वृत्तपत्रांनी त्याचं मोठं स्वागत केलं; त्यामुळे 'शंबां'ना आपल्यातील लेखनसामर्थ्याचा साक्षात्कार झाला. त्यांना नवलेखनाची प्रेरणा मिळाली. नवी उमेद प्राप्त झाली. याच वेळी त्यांना इंग्लिश भाषा आणि वाङ्मयाच्या अध्ययनाची निकड जाणवली आणि एकलव्याच्या जिद्दीने त्यांनी इंग्लिश भाषा आत्मसात केली.

याच सुमारास गुरुदेव रा. द. रानडे यांनी आपल्या 'कन्स्ट्रक्टिव्ह सर्व्हे ऑफ उपनिषद' या सुप्रसिद्ध ग्रंथाचं कन्नडमध्ये भाषांतर करण्याची जबाबदारी श्री. रंगराव दिवाकर यांच्यावर सोपवली. श्री. दिवाकर यांनी या कामात सहकार्य करण्याकरता सर्वश्री द. रा. बेंद्रे आणि शं. बा. जोशी यांना बोलावून घेतलं. या ग्रंथाचं भाषांतर १९३० मध्ये प्रसिद्ध झालं. 'कर्मवीर' हे राष्ट्रीय विचारसरणीचे साप्ताहिक त्यावेळी धारवाड येथे प्रसिद्ध होत होतं. सर्वश्री रंगराव दिवाकर आणि हुकेरी

हे त्याचे संपादक होते. राष्ट्रीय चळवळीत भाग घेतल्याबद्दल या उभयतांना तुरुंगवास पत्करावा लागला. त्यावेळी सर्वश्री व्यंकटराव अलूर आणि शं. बा. जोशी यांनी 'कर्मवीर'च्या संपादनाचं काम केलं. या काळात चरितार्थासाठी श्री. शं. बा. जोशींनी धारवाड येथील माध्यमिक शाळेत शिक्षकाची नोकरी पत्करली. १९२७-२८ मध्ये धारवाडच्या कर्नाटक हायस्कूलमध्ये व त्यानंतर १९२८ ते १९४७ पर्यंत विद्यारण्य हायस्कूल (पूर्वीचे व्हिक्टोरिया हायस्कूल) मध्ये त्यांनी शिक्षक म्हणून काम केले. शिक्षकाचा व्यवसाय करत असतानाच त्यांनी कर्नाटकाच्या सांस्कृतिक पुनरुत्थानाच्या चळवळीत सक्रिय भाग घेतला. त्यासाठी अनेक ठिकाणी त्यांनी भाषणं दिली. खास लेख लिहिले आणि अपूर्व जागृती घडवून आणली.

'शंबां'ची साहित्य संपदा :

कन्नड, मराठी, संस्कृत व इंग्लिश या भाषांवर त्यांचं चांगलं प्रभुत्व होतं. वेदोपनिषदांचा त्यांचा गाढा व्यासंग होता. भाषेतील शब्दा-शब्दांतून प्रकट होणारं संस्कृतीचं स्वरूप त्यांच्या मर्मग्राही दृष्टीस लागलीच प्रतीत होत असे. एखाद्या विषयाचा अत्यंत खोल तपशिलात जाऊन ते अभ्यास करत आणि प्रस्थापित विचारांपेक्षा स्वतंत्र, अभिनव असा दृष्टिकोन मांडत. त्यांनी अशा तऱ्हेनं चिंतन, मननातून सखोल व्यासंगातून स्फुरलेले विचार वेळोवेळी ग्रंथरूपानं प्रसिद्ध केले. त्यातील विचारांच्या अभिनवतेनं आणि क्रांतिकारकत्वानं ते ग्रंथ आजही विचारप्रवर्तक ठरले आहेत.

डॉ. शं. बा. जोशी यांची आजवर प्रसिद्ध झालेली ग्रंथसंपदा अशी आहे : १) कण्मरेयाद कन्नड - १९३३, २) महाराष्ट्र द मूल - १९३४, ३) कन्नूडिय हद्दु - १९३५, ४) कर्नाटकद वीर क्षत्रियरु - १९३६, ५) कन्नडद नेले - १९३९, ६) शिवरहस्य, ७) समाजदर्शन - १९४५, ८) कन्नड कते - १९४९, ९) कर्णन मूरू कतेगळु - १९४७, १०) यक्ष प्रश्ने - १९४८, ११) कन्नड नुडिय जीवाळ - १९५० बॉम्बे युनिव्हर्सिटी रिसर्च पब्लिकेशन, १२) मऱ्हाटी संस्कृती : काही समस्या (मराठी) प. आ. १९५२, दु. आ. १९८०, १३) हालुयतदर्शन - १९६०, १४) कर्नाटक संस्कृतीय पूर्वपीठिके - १९६७, १५) ऋग्वेदसार : नागप्रतिया विचार - १९७१. म्हैसूर

विश्वविद्यालय प्रकाशन. १६) प्रवाहपतितर कर्म : हिंदू एक धर्म - १९७७ बेंगळूर विश्वविद्यालयातील दोन व्याख्याने, १७) श्रीमत भगवद्गीतेत दडलेले राजविद्या रजगुह्यचे स्वरूप - १९७७, १८) वैवस्वत मनुप्रणित मानवधर्मद आकृती - १९८०

तेजस्वी व्यक्तिमत्त्व :

डॉ. शं. बा. जोशी हे स्वकर्तृत्वानं घडलेलं एक तेजस्वी व्यक्तिमत्त्व होते. कर्नाटक व भारतीय संस्कृतीच्या अनेक अंगांचा शोध घेण्याचा त्यांनी अखेरपर्यंत सातत्यानं प्रामाणिक प्रयत्न केला. असहकाराच्या चळवळीत त्यांनी अखेरपर्यंत भाग घेतला, तरी ते कधीच अन्य पुढाऱ्यांच्या हातचं बाहुलं बनून राहिले नाहीत. त्यांनी स्वतःचं संशोधनाचं क्षेत्र निवडलं आणि एक क्रांतिकारक विचारवंत व संशोधक विद्वान म्हणून नावलौकिक संपादन केला. ते अत्यंत स्वाभिमानी होते. तत्त्वाच्या बाबतीत त्यांनी कधीही तडजोड केली नाही. योग्य संधीअभावी त्यांना खूप त्रास आणि तोटा सहन करावा लागला; पण त्यांनी आपल्या जीवनाला या अडचणींना तोंड देण्यायोग्य वळण लावलं. आपल्या प्रपंचासाठी किंवा कार्यासाठी आर्थिक साहाय्याची याचनाही त्यांनी कधी कुणाकडे केली नाही.

त्यांना प्राप्त झालेले हे अपूर्व यश सहजासहजी मिळालेले नाही. त्यासाठी त्यांना उपेक्षा, टीका, निंदा, एकाकीपणा या सर्व प्रक्रियांतून जावे लागले. त्यांच्या लौकिकाचा अकारण द्वेष करणाऱ्या कित्येक तथाकथित विद्वानांनी त्यांच्या ग्रंथांविरोधी टीकेचं वादळ उठवून त्यांना खाली ओढण्याचा आटोकाट प्रयत्न केला. स्वतंत्र व प्रखर बुद्धिमत्तेमुळे कोणाचेही लांगूलचालन न करता आपले मार्गक्रमण करणाऱ्या 'शंबां'ना कोणाच्या रागा-लोभाची पर्वा करण्याची आवश्यकता नव्हती. त्यांची निःस्पृहता, निर्भयता आणि स्पष्टवक्तेपणा स्वाभाविकच कित्येक स्वहितदक्ष व्यक्तींच्या रोषास पात्र झाला आणि त्यांचे कित्येक मान-सन्मान हिरावले गेले. 'शंबां'चं संशोधन परंपराग्रस्त समाजाला धक्के देणारं होतं; त्यामुळे सनातनी कर्मठांचा विरोधही त्यांना सहन करावा लागला. १९३९ मध्ये त्यांचं 'शिवरहस्य' हे पुस्तक प्रसिद्ध झालं, तेव्हा काही कट्टर शिवोपासक तरुण चिडले आणि 'शंबां'ना बेल्लारी येथे मारहाण करण्याचाही प्रयत्न झाला. तथापि, त्यांच्यातीलच कित्येक अनोळखी;

पण त्या ग्रंथातील विचारांनी आकृष्ट झालेल्या तरुणांनी त्या जमावाला आवरलं आणि त्यांना 'शंबां'च्या विचारांची ओळख करून दिली. 'मऱ्हाटी संस्कृती : काही समस्या' या ग्रंथातील प्रस्थापित मतांकडूनही त्यांना खूप टीका सहन करावी लागली. टीकेला ते कधीच भीत नसत. त्यांना वाईट याचंच वाटे की, संशोधनास तोडीस तोड पुरावे सादर न करता पूर्वग्रहयुक्त लेखनच केलं जातं. त्यांच्या संशोधनपर ग्रंथांतील अनेक मूलगामी विचारांनी खळबळ माजून नाव मिळावं, अशी त्यांची बिलकूल अपेक्षा नसे. मात्र, त्या दिशेनं नव्या पिढीतील संशोधकांनी विचार व कार्यप्रवृत्त व्हावं, अशी त्यांची इच्छा होती. धारवाडच्या साधनफेरे भागातील आम्रवृक्षांनी वेढलेल्या छोट्याशा, साध्या बंगलीत त्यांची साहित्यसाधना चालू होती. आजच्या तरुणांनी पारंपरिक बंधनापासून दूर राहून विचारवंत आत्मे म्हणून आपलं स्वतःचं स्थान निर्माण करावं, ही त्यांची भावना होती. तर्काधिष्ठित श्रद्धा बाळगणारे आणि समाजसेवेच्या प्रेरणेतून निर्माण झालेले, कृती करणारे तरुणच भारताला महान राष्ट्र बनवू शकतील, असा त्यांचा विश्वास होता. याच एका सूत्रातून त्यांच्या साऱ्या जीवनाची वाटचाल झाली.

एका युगाचा अंत :

वृद्धत्वामुळे अलीकडे त्यांचं हस्ताक्षर कंपित झालं होतं. अधूनमधून त्यांची पत्रे येत. त्यांचं मला आलेलं अखेरचं पत्र १९ एप्रिल, १९९१चं आहे. त्यानंतर आली ती त्यांच्या देहावसनाची वार्ता. अलीकडच्या काळात नांदेड भागात सापडलेले काही शिलालेख, कविराज मार्ग हा ग्रंथ यांच्या आधारे मराठी-कन्नड संबंधांत लेखन करण्याची त्यांची इच्छा होती; परंतु मराठी लेखनिकाच्या अभावी त्यांना तो संकल्प पूर्ण करता आला नाही. त्यांचे दोघेही चिरंजीव अमेरिकेत स्थायिक झाले आहेत. १९९० मध्ये मी धारवाडला गेलो असता 'शंबां'ची भेट घेतली. वृद्धत्वाच्या ओझ्यानं ते थकले होते. त्यांची अमेरिकेतील धाकटी सून त्या उभयतांच्या सेवेसाठी तेथे येऊन राहिली होती. माझ्याशी बोलताना त्यावेळी 'शंबा' म्हणाले, ''वसंतराव आमच्यासारख्यांनी इतकी वर्षं जगणं म्हणजे या नव्या पिढीला एक शापच आहे. या मुलीला आमच्यासाठी अमेरिकेतून इथे येऊन राहावं लागतं आहे.''

'शंबां'च्या निधनानंतर थोड्या वेळातच त्यांच्या पत्नीचं निधन झालं. प्रदीर्घ कौटुंबिक जीवन जगलेल्या या दांपत्यांची अखेर त्यांच्या चाहत्यांना दुःखदायक आहे. शेवटी या दोघाही पती-पत्नींची नियतीनं वृद्धत्वातून आणि कंटाळवाण्या आयुष्यातून एकाच वेळी मुक्तता करावी हा केवढा विलक्षण योगायोग! 'शंबां'च्या निधनानं संस्कृतीच्या नवनव्या वाटा प्रकाशमान करणाऱ्या एका युगाचा अंत झाला आहे.

◆

द. पं. जोशी

द. पं. : व्यक्ती नव्हे संस्था

द. पं. जोशी मूळचे मराठवाड्यातील परभणीचे. परभणीविषयी त्यांना खूप अभिमान. भाषा मराठवाडी वळणाची. तिचा ठसका त्यातून जाणवे. त्यांना अनेक भाषा येत असल्यामुळे 'पंचधारे'चं ब्रीद त्यांनी शेवटपर्यंत सांभाळलं. त्यांच्या प्रचंड कामामुळेच त्यांना मराठवाडा जिल्हा साहित्य संमेलनाचं अध्यक्षपद मिळालं. त्यांनी त्यांच्या अध्यक्षीय भाषणाची प्रतही मला अगत्यानं पाठवली. मला अत्यंत आनंद झाला आणि कौतुकही वाटलं.

मराठी साहित्य परिषद आं. प्र. ही संस्था भाषावार प्रांतरचनेनंतर अस्तित्वात आली. त्यापूर्वी मराठवाडा साहित्य परिषद या नावानं ती ओळखली जात होती. या परिषदेचे कार्यकर्ते बहुतेक इथलेच होते. त्यांपैकी काही औरंगाबादला गेले. तेथे त्यांनी परिषदेचं काम सुरू केलं. वृत्तपत्रं काढली. काही ग्रंथसंग्रह नेला. हैदराबादमध्ये न्या. गोपाळराव एकबोटे हे अध्यक्ष होते. डॉ. ना. गो. नांदापूरकर, डॉ. श्रीधरराव कुलकर्णी, प्रा. रा. ब. माढेकर, प्रा. भा. शं. कहाळेकर, प्रा. भगवंतराव देशमुख ही मराठी-प्रेमी धुरंधर मंडळी एकजुटीनं काम करत होती. त्यावेळी 'पंचधारा' त्रैमासिकाचा आरंभ झाला. अनेक ग्रंथ प्रकाशित झाले. व्याख्यान-माला, चर्चासत्र आदी उपक्रमांना आरंभ झाला. कालांतरानं बरीच मंडळी अस्तंगत झाली. इसवी सन १९५० पासून द. पं. एक स्वयंसेवक म्हणून तेथे येऊ लागले; त्यामुळे ही मंडळी कशी काम करीत होती, त्याचं प्रात्यक्षिकच त्यांना पाहायला मिळालं. त्यांच्या चर्चा, वादविवाद हे फार जवळून ऐकता आले. द. पं.च्या जडणघडणीत याचा फार मोठा वाटा आहे.

१९५८ पासून मराठी साहित्य परिषद आं. प्र.च्या कार्याला रीतसर आरंभ झाला. हळूहळू द. पं.चा आतील वर्तुळात प्रवेश झाला.

जबाबदारी वाढली. त्याबरोबरच अनेक दृष्टींनी विचार करण्याचं बाळकडू मिळालं. यथावकाश न्या. गोपाळराव एकबोटे अध्यक्ष झाले आणि द. पं. कार्यवाह. दोघांची चांगली जोडी जमली. त्या काळात अनेक सामाजिक प्रश्न निर्माण झाले. न्या. एकबोटे अत्यंत कुशलतेने ते प्रश्न हाताळत आणि त्यातून कोणतीही कटुता येऊ न देता सर्वांचं समाधान करत. त्यांच्या या कौशल्याची जाणीव जशी द. पं. ना झाली, तसेच त्यामुळे अनेक संस्थांशी चांगले संबंध प्रस्थापित झाले. रोजच दोघांची भेट होत असल्यानं, सहवासानं दोघांत एक प्रकारचा जिव्हाळा, सौहार्द, विश्वास निर्माण झाला. पुढे घर बांधण्याचा प्रश्न आला तेव्हा न्या. एकबोटे यांनी द. पं. ना सल्ला दिला की, 'घर प्रशस्त हवं, आपल्या कार्यकारिणीचे पंचवीस सभासद आहेत. प्रसंगी घरी सभा घेता आली पाहिजे.' डॉ. उषाताई प्रबंध लिहीत असताना वरचेवर चौकशी व्हायची. 'काम कुठपर्यंत आलं आहे? पुस्तकं सहज उपलब्ध होतात ना? अद्ययावत सामग्री मिळवण्यासाठी मुंबई, पुणे या ठिकाणी पाठवा वगैरे.'

त्या वेळी बरकतपुरा या भागात काही प्राध्यापकांनी व इतर मंडळींनी बंगले बांधले. तेव्हा द. पं. नी तेथेच जागा घेऊन प्रशस्त बंगला बांधला. त्या ठिकाणी थोडा उतार असल्याने बंगला जरा चढावर बांधला. चार पायऱ्या चढून घरात प्रवेश करावा लागे. समोर मोठा व्हरांडा, त्यानंतर बैठकीची खोली; तीही प्रशस्त. त्यातील फर्निचरही त्याला शोभेल असे. पुढे न्या. एकबोटे यांच्याप्रमाणेच इथेही पाहुणे येत. येथे चर्चा, वादविवाद रंगत. अल्पोपाहारानंतर वातावरण अधिक मोकळे, घरगुती बनत असे. संवादाला आरंभ होई. प्रसंगी सत्कार, गौरवपर भाषणेही होत. नवागतांचा बुजरेपणा जाई. औपचारिकता गळून पडे. एक उल्हसित, आनंदी, खेळीमेळीच्या वातावरणात गप्पांना जोर येई.

यानंतर आणखी एक मोठा हॉल होता. द. पं.च्या मातोश्रींचं वास्तव्य तेथेच असल्यानं त्यांना एक स्वतंत्र खोली. एक मुलांची खोली. दिवाणखान्याच्या बाजूला मास्टर बेडरूम. घरात पूजा-अर्चा, नैवेद्य, सणवार वगैरे व्यवस्थित चालत. कालमानाप्रमाणे कन्येचं लग्न झालं. मुलगा अमेरिकेत स्थायिक झाला. मातोश्रींचं देहावसान झालं.

शेवटी द. पं.नी बंगला विकून टाकला आणि त्याच भागात भूमन्ना लेनमध्ये एक फ्लॅट खरेदी करून तेथे ते राहू लागले. सुदैव असं की, येथेही स्वयंपाकीण, मोलकरीण अशी दैनंदिन गरजा भागविणारी चांगली माणसं मिळाली. ती अद्यापही आहेत. 'वॅगनआर' नावाची गाडी होती. ती चालवण्यासाठी त्यांना एकनिष्ठ ड्रायव्हर मिळाला. शेवटपर्यंत तो सेवेसाठी उपस्थित होता. द.पं.चे घराबाहेरचे सर्व व्यवहार त्याच्यावरच अवलंबून असत. द. पं.नी माझ्याजवळ अनेक वेळा त्याच्याविषयी कृतज्ञता व्यक्त केली होती.

संपादन

द. पं. हैदराबादमध्ये अनेक भूमिकांमध्ये वावरले, तरी बाहेरच्या जगात त्यांची ओळख 'पंचधारा' त्रैमासिकाचे संपादक अशीच होती आणि ती सार्थही होती. आधीची व नंतरची अशा दोन्ही 'पंचधारां'मध्ये निर्मिती, अंतरंग, बहिरंग यामध्ये ते महदंतर होते.

द. पं.नी पुण्याच्या 'कल्पना प्रेसचे श्री. अण्णासाहेब (चिं. स.) लाटकर आणि त्यांचे सुपुत्र आनंद लाटकर यांचं पूर्ण सहकार्य मिळवलं. एकदा अंकाचा मजकूर तयार झाला की, अंक तयार होईपर्यंतची पुढील जबाबदारी 'कल्पना प्रेस'कडे असे; त्यामुळे द. पं. हे मराठी साहित्यात मोलाची आणि विपुल भर घालू शकले. मोठा प्रकल्प असेल तर द. पं., लाटकरांना आवर्जून हैदराबादला बोलावून घेत. प्रत्येक अंकाच्या तयारीसाठी द. पं.चे सातत्याने नियोजन चालू असे. एखादी उर्दू कादंबरी/ कथा यांचा अनुवाद करणं किंवा करवून घेणं, पुस्तक परीक्षणं लिहिणं किंवा लिहून घेणं, आवश्यक तेव्हा सविस्तर संपादकीय लिहिणं, प्रसंगी आवश्यक छायाचित्रांसह खास लेख देणं हे सारं एका अंकासाठी. असे वर्षातून चार अंक. मधूनच विशेषांकाची भेट मिळे.

मुखपृष्ठही त्याच दर्जाचं आकर्षक असे, हे काही वेगळं सांगायला नको. ज्ञानेश्वरांपासून ते आधुनिक समीक्षा, सिद्धान्तापर्यंत असे या अंकाचे विषय असत. त्यासाठी ते स्वतः तर लेखन करतच; परंतु अभ्यासू लेखकांची निवड करून, त्यांच्याशी चर्चा करून त्यांच्याकडून

हवा तसा लेखही ते मिळवत. हे सारं निदिध्यासाचं काम होतं. प्रा. माढेकर निवृत्त झाल्यानंतर द. पं.ची महामंडळावर नियुक्ती झाली.

अखिल भारतीय साहित्य संमेलनात म. सा. प. आं. प्र.चा एक स्टॉल हमखास असे. त्यात परिषदेची प्रकाशनं असत. ‘पंचधारा’चे अंक असत. कित्येकदा द. पं. स्वतः पुस्तकांच्या स्टॉलवर बसत. यू.जी.सी.मुळे प्राध्यापकांचं उत्पन्न वाढलं तरी स्वतःचे पैसे खर्च करून पुस्तकं विकत न घेण्याच्या प्रवृत्तीचा द. पं.ना सात्त्विक संताप येई; पण ते डगमगत नसत. कित्येक वेळा याउलटही घडे. कॉलेजमधील विद्यार्थी अधिक संख्येने ‘पंचधारा’चे वर्गणीदार होत. एखादी नुकतीच निवृत्त झालेली शिक्षिका ‘पंचधारा’चा स्टॉल कुठं आहे ते विचारत येई आणि दहा हजार रुपयांची देणगी देऊन जाई. स्टॉलवरचे असे अनेक अनुभव द. पं. फोनवर सांगत.

महाराष्ट्रातील अध्ययनशील लेखक, समीक्षक यांच्याकडे त्यांचं सतत लक्ष असे. योग्य वेळी ते त्यांचा उपयोग करून घेत. त्यांनी जवळजवळ चाळीस विशेषांक काढले. त्यातून त्यांच्या या दृष्टीची कल्पना येते. द. पं. म्हणजे साहित्य विचारास सर्वस्वी वाहिलेले व्यक्तिमत्त्व. कामाचा आवाका आणि झपाटाही मोठा! केवळ मित्रप्रेमापोटी त्यांनी प्रा. नरहर कुरुंदकर यांच्या वाङ्मयातील ‘गोदातटीचे कैलासलेणे’ हा ग्रंथ प्रकाशित केला. अलीकडे डॉ. नलिनी साधले विशेषांकामध्ये त्यांना नेदरलँड्स विद्यापीठाने डी. लिट्. ही पदवी बहाल केली, याबद्दल गौरव केला. तसेच त्या प्रसंगाचे फोटो मिळवून ते सकौतुक प्रसिद्ध केले. डॉ. साधले या ‘पंचधारा’च्या संपादिका होत्या. त्या काळात त्यांनी ‘सीताजोस्यम्’ या तेलुगू नाटकाचा परिश्रमपूर्वक सुंदर अनुवाद केला. त्यांची भलावण केली. इतकंच नव्हे तर डॉ. साधले यांचा ‘कथासरित् सागरावरचा’ एक हजार पृष्ठांचा टंकलिखित प्रबंध वाचून त्याचा परिचय करून दिला. आपले कुणी विरोधक असले तरी त्यांचे समारंभासहित ते ‘पंचधारा’च्या विशेषांकातून कौतुक करीत. एवढा त्यांचा उमदेपणा होता; हेही दुर्मिळच!

द. पं.चे कुतूहलाचे अनेक विषय होते. त्यात हैदराबादचा सर्वांगीण इतिहास ही एक ‘मर्मबंधातील ठेव’ होती. त्यांनी संपादित केलेला ‘पंचधारा’चा ‘हैदराबाद विशेषांक’ या दृष्टीनं पाहण्यासारखा आहे.

निझामाच्या राजवटीत 'निझाम विजय' हे मराठी साप्ताहिक प्रसिद्ध होत असे. श्री. लक्ष्मणराव फाटक हे त्याचे संपादक होते. निझामाच्या जुलमी राजवटीतील सर्व बंधनांचं पालन करत हे साप्ताहिक चालवलं जात असे. हैदराबादमधील प्रसिद्ध दानशूर व्यक्ती श्री. वामन नाईक यांची त्याला मोठी मदत होती.

केवळ हैदराबाद म्हणून नव्हे, तर वाईच्या प्राज्ञ पाठशाळेसही त्यांच्याकडून आर्थिक मदत मिळत असे. त्याबद्दलचे आर्थिक हिशेबही आता प्रसिद्ध झाले आहेत. वाईचे श्री. केवलानंद सरस्वती आणि तर्कतीर्थ लक्ष्मणशास्त्री जोशी यांचे अनेक कार्यक्रम हैदराबादमध्ये होत असत. 'निझाम विजय'मध्ये त्यांच्या अनेक कार्यक्रमांचे वृत्तान्त येत. शिवाय अन्य वाचनीय मजकूर बराच असे. मराठवाडा, महाराष्ट्र इतकेच नव्हे तर भारतातील प्रमुख ठिकाणी कोणत्या चळवळी चालू आहेत याचाही ते परामर्श घेत.

महाराष्ट्रातील बरीच मंडळी पुणे, सोलापूर, गुलबर्गा आदी ठिकाणी 'निझाम विजय'चा अंक न मिळाल्याने त्याविषयी चौकशी करत. एवढं महत्त्व त्या वेळी 'निझाम विजया'स होतं. कसं कोण जाणे, द. पं.च्या मनात 'निझाम विजय'मधील मजकूर संपादित करून प्रसिद्ध करावा असं आलं. एखादी गोष्ट पटली तर ती प्रत्यक्षात येईपर्यंत त्यांना स्वस्थता नसे. साप्ताहिकाची पृष्ठं जीर्ण झालेली; परंतु त्यांनी निरनिराळ्या शीर्षकाखाली मजकुराचं विभाजन केलं आणि अशा मजकुराची जुळणी करून १९२० ते १९४० पर्यंत या कालावधीतील रॉयल आकाराचे तीन खंड त्यांनी प्रत्येक खंडाच्या स्वतंत्र प्रस्तावनेसह 'काळाच्या पडद्याआड' या शीर्षकानं प्रसिद्ध केले. नंतर त्या अंकाचे दिल्लीहून मायक्रो फिल्मिंगही करून आणले. त्यातील संदर्भावरूनच मी पुढे 'कृष्णाकाठचे ज्ञानपीठ' हा वाईच्या प्राज्ञ पाठशाळेवरील लेख लिहिला.

एखाद्या लेखकाचं (डॉ. ना. गो. नांदापूरकर, सेतूमाधवराव पगडी) समग्र वाङ्मय प्रकाशित करताना त्यातील काही भाग किंवा पुस्तकं ते तज्ज्ञ व्यक्तींकडे संपादनासाठी सोपवत. अन्यथा ते स्वतः आणि डॉ. उषाताई निभावून नेत. डॉ. ना. गो. नांदापूरकर हे उस्मानिया विद्यापीठाच्या मराठी विभागाचे प्रमुख होते. द. पं. आणि उषाबाईंप्रमाणेच

आजच्या मराठवाड्यातील अनेक ख्यातनाम मंडळी त्यांचे विद्यार्थी आहेत. त्यांच्याविषयी सर्वांच्या मनात प्रेम, आदर, जिव्हाळा आहे. त्यांच्या जन्मशताब्दीच्या निमित्ताने प्रा. द. पं. आणि उषाताई यांनी त्यांचं समग्र वाङ्मय दोन खंडांत संपादित करून प्रकाशित केलं व आदरभावना व्यक्त केली.

यानंतरचा महत्त्वाचा प्रकल्प म्हणजे 'सेतूमाधवराव पगडी : समग्र वाङ्मय' हा होय. सेतूमाधवराव यांची प्रारंभीची प्रशासकीय कारकीर्द निझाम राजवटीत हैदराबाद व मराठवाड्यात झाली. विभाजनानंतर ते महाराष्ट्र शासनाच्या सेवेत आले. आपल्या बहुविध आणि भरघोस लेखनामुळे ते वाचकप्रिय झाले होते. हैदराबाद येथील त्यांचे बंधू कै. राघवेंद्रराव पगडी यांनी पुतण्या चि. अरुणकुमार पगडी यांची गाठ घालून दिली. या भेटीतच सेतूमाधवरावांच्या समग्र वाङ्मयाच्या पुनर्प्रकाशनाचा विषय निघाला.

प्रकाशनाचे सर्व हक्क म. सा. प. आं. प्र. ला देण्याचे निश्चित होताच द. पं.नी समग्र वाङ्मयाच्या प्रकाशनासाठी उभारी धरली आणि धडाक्याने काम सुरू केलं. विषयानुसार संपादकांची निवड सुरू झाली. माझे आणि द. पं.चे दूरध्वनीवरून नेहमी बोलणे होई. इतिहास विषयासाठी मी पुणे विद्यापीठातील डॉ. राजा दीक्षित यांचं नाव सुचवताच 'ते नाव निश्चित झालं आहे, पुढे बोला' असं द. पं.चं उत्तर आलं. यावरून महाराष्ट्रातील विद्या व साहित्य क्षेत्राकडे त्यांचं किती लक्ष होतं याची कल्पना येऊ शकते. सर्व खंड सिद्ध झाल्यानंतरच त्यांचा प्रकाशन समारंभ तत्कालीन मुख्यमंत्री श्री. अशोक चव्हाण यांच्या हस्ते मुंबई येथे दिमाखदार पद्धतीने साजरा झाला.

समारोहाचा आरंभ कै. ना. गो. नांदापूरकरांच्या 'मराठी गीता'नं झाला. परिषदेचा कोणताही कार्यक्रम असो, त्याचा आरंभ 'मराठी गीता'नंच होई; ही परंपरा होती. मुंबईला हा कार्यक्रम कसा घेता येईल याविषयी बराच खल झाला. मराठवाड्याचे सुप्रसिद्ध गायक श्री. नाथराव नेरळकर यांची कन्या सौ. हेमा उपासनी ही मुंबईलाच होती. कार्यक्रमाचा आरंभ द. पं.च्या मनासारखा झाला. वातावरण भारावून गेलं. द. पं. एकदम खूश! आरंभीच चढा सूर लागल्यानं पुढे कार्यक्रम उत्तरोत्तर रंगतच गेला. त्यातच मुख्यमंत्री श्री. अशोक चव्हाण

यांनी दहा लाख रुपये देण्याची घोषणा केली; त्यामुळे द. पं.च्या आनंदाला उधाण आलं; पण श्रोतृवृंदानेही टाळ्या वाजवून उत्स्फूर्तपणे आनंद व्यक्त केला.

त्या समारंभाचा सचित्र, सविस्तर वृत्तान्त 'पंचधारा'च्या पुढील अंकात आला. आठ हजार रुपये किमतीच्या खंडाची विक्री हे एक आव्हान होतं. शिवाय वितरण व्यवस्था म. सा. प. आं. प्र.कडेच होती. जाहिरातही 'पंचधारा'तून होई. पुढे दैनिक सकाळच्या 'सप्तरंग' पुरवणीत सुप्रसिद्ध लेखक श्री. विश्वास पाटील यांनी 'सेतूमाधवराव पगडी : समग्र वाङ्मय' यावर एक सविस्तर लेख लिहिला आणि ग्रंथ विकत न घेण्याच्या प्रवृत्तीवर कडक टीका केली. मी तो अंक द. पं.कडे पाठवून दिला. तो वाचून द. पं. एकदम खूश झाले.

साहित्य मग ते कुठल्याही भाषेतील असो, द. पं.ना त्यात विशेष रस असे. याबरोबरच चित्र, शिल्प, संगीत, नृत्य आदी अनेक कलांमध्ये त्यांना रुची होती. हैदराबाद विशेषांक हे एक निमित्त होतं. हैदराबादचे उत्कृष्ट चित्रकार श्री. जगदीश मित्तल यांच्यावर एक खास अंक त्यांच्या काही चित्रकृतींसह प्रसिद्ध केला. त्याच वेळी मित्तल पती-पत्नींचा सत्कार केला होता. कुमारगंधर्व यांच्यावरही एक विशेषांक होता. जोशी पती-पत्नींच्या सुहृद सौ. रमा रामाराव (निवृत्त प्रोफेसर, नृत्य विभाग, तेलुगू युनिव्हर्सिटी) यांनी एका कार्यक्रमाच्या निमित्तानं बऱ्याच मंडळींना त्यांच्या घरी बोलावलं. त्यांच्या नृत्याच्या सीडीज् अगत्यानं दाखवल्या.

डॉ. आश्लेषा त्यांच्याच शिष्या. त्यांच्या नृत्याचा रंगमंचावर प्रयोग घडवून आणला. स्वतः त्यांनी गायनाची साथ केली. आश्चर्याची बाब म्हणजे आरंभी गणेशाच्या स्तुतीपर पद गायले आणि ते चक्क मराठी होते. आतापर्यंत तंजावरच्या भोसले राजांच्या नृत्यप्रेमाबद्दल वाचलं होतं, त्यांची नाटकं वाचली होती; पण प्रत्यक्ष प्रयोग पाहिल्यावर मात्र मन मोहरून आलं. खरंच द. पं. म्हणजे एक वेगळंच रसायन होतं. त्यांचं वर्णन एका लेखात किती व कसं करणार?

◆

तर्कतीर्थ लक्ष्मणशास्त्री जोशी

तर्कतीर्थ, शास्त्रीजी आणि आबा

सतां सद्भिः संगः कथमपिहि पुण्येन भवति ।

जागतिक कीर्तीचे तत्त्वज्ञ तर्कतीर्थ लक्ष्मणशास्त्री जोशी यांच्या सहवासात मी कधी येईन, असं मला स्वप्नातही वाटलं नव्हतं; पण वस्तुस्थिती आहे. महात्मा गांधी, मानवेंद्र-नाथ रॉय यांसारख्या दिग्गजांचा लोभ आणि विश्वास त्यांनी संपादित केला. केवळ पढीक शास्त्री-पंडित न बनता, जनसामान्यांत मिसळून त्यांच्या सुख-दुःखांशी समरस होण्याचा त्यांनी प्रयत्न केला. त्यांचं व्यक्तिमत्त्व बहुविध स्वरूपाचं होतं. समाजातील अनिष्ट रुढी, परंपरांविरुद्ध त्यांनी संघर्ष केला. त्यासाठी प्रखर विरोधाला खंबीरपणे तोंड दिलं. यः क्रियवान सः पंडितः। या दृष्टीने ते क्रियाशील पंडित होते.

पांडित्यासोबत प्रखर हे विशेषण जोडलं जातं; पण तर्कतीर्थ प्रखर पंडित नव्हते. सूर्याची प्रखरता त्यांच्या पांडित्यात नव्हती. ज्ञानेश्वरांनी म्हटल्याप्रमाणे ते तापहीन मार्तंड होते; त्यामुळेच त्यांच्या चाहत्यांना त्यांचा सहवास हवाहवासा वाटत असे. त्यांना तर्कतीर्थ, शास्त्रीजी आदी विशेषणांनी संबोधलं जातं; पण मला आवडतं, ते त्यांचं आबा हे नाव. या नावात जिव्हाळा आहे, आदर आहे; आपुलकी आहे. हे म्हणताना किंवा ऐकताना त्यांच्या संदर्भातील अनेक विशेषणं गळून पडतात आणि आश्वस्त झाल्याची भावना निर्माण होते. मला भावतात ते प्रेमळ, जिव्हाळ्याने ओथंबलेले आबा!

शास्त्रीजींनी माझ्या पहिल्याच पुस्तकाचं प्रकाशन केलं आणि त्यांच्याच आशीर्वादाने पाठशाळेच्या महाविद्यालयात विभागप्रमुख म्हणून मी नियुक्त झालो. १९६५ ते १९९० हा वाईतील माझ्या सुखद वास्तव्याचा सुवर्णकाळ होता. कर्नाटकातील धारवाडच्या कर्नाटक कॉलेजमधून वाईस येण्याचा, तेथे दीर्घकाल वास्तव्य करण्याचा हा दैवी योगायोगच म्हणावयास हवा. विविध क्षेत्रांत आपली ज्ञानमुद्रा उमटवणाऱ्या तर्कतीर्थांच्या सहवासात राहून

आपल्या आवडत्या क्षेत्रात काम करण्याची संधी मला मिळाली. विश्वकोशाच्या निमित्तानं अनेक नामवंतांचा परिचय झाला. त्यांचे आदरातिथ्य करता आले. अनेकांशी उपयुक्त चर्चा करता आल्या आणि मुख्य म्हणजे शास्त्रीजींचा सहवास लाभला. अनेक सभांतून त्यांची विद्वत्तापूर्ण व्याख्यानं ऐकता आली. वाईसारख्या गावातील बहुश्रुत व्यक्ती आणि संस्था यामुळे माझं जीवन संपन्न झालं. तर्कतीर्थ लक्ष्मणशास्त्री आणि त्यांच्या पत्नी सौ. सतीकाकू यांचा लोभ संपादन करता आला.

आबांचा आणि सौ. सतीकाकू यांचा व्यक्तिगत संबंध आल्यामुळे आमचा त्यांच्याशी कौटुंबिक स्नेह जुळला. माझा मुलगा अनिल याची मुंज प्राज्ञ पाठशाळेच्या वास्तूत झाली, याचे कारण निवासासाठी भरपूर जागा आणि नळानं सर्वत्र फिरवलेलं विहिरीचं पाणी. त्याकाळी वाईमध्ये घरोघरी विहिरींचं पाणीच वापरलं जायचं. सौ. सतीकाकूंचं मातृसदृश प्रेम आम्हा सर्वांनाच लाभलं. माझ्या पत्नीचं ऑपरेशन झालं, त्यावेळी विव्हळत असताना ती 'आई' असं म्हणायची. यावर सतीकाकू म्हणायच्या,

'अगं, ही काय तुझी आई तुझ्याजवळ बसली आहे.' त्यांची स्वतःची राहणी अगदी साधी असे. माझ्या सौ.ला त्या म्हणत, 'मोठ्या किमतीच्या साड्या नेसणाऱ्या बायकांकडे लक्ष देऊ नकोस. आपल्या परिस्थितीप्रमाणे साध्या साड्या नेसून नीटनेटकेपणानं राहावं.' या सांगण्याला त्यांच्या स्वतःच्या आचरणाचा आधार होता. एकदा मी माझ्या व्याह्यांना घेऊन शास्त्रीजींना भेटायला गेलो. त्यांची ओळख करून दिली. त्यांनी त्यांची चौकशी केली आणि हातातील पुस्तकात डोकं घातलं. एवढ्यात सौ. सतीकाकू चहा घेऊन आल्या आणि त्यांनी मला विचारलं, 'वसंतराव, तुम्ही यांना व्याह्यांचा परिचय करून दिला का? हातात पुस्तक असलं म्हणजे यांना काही सुचत नाही.'

शास्त्रीजींचे वडीलकीचे प्रेमळ आणि वत्सल रूप ते घरी असताना पाहावयास मिळत असे. त्यांचा छोटा नातू त्यांना बजाबा म्हणायचा. त्याला समजावून सांगताना शास्त्रीजी म्हणत, 'अरे, बजाबा नव्हे, आजोबा म्हणायचं.' हा संवाद ऐकताना आजूबाजूच्या माणसांच्या

चेहऱ्यावर मिस्कील हास्य उमटत असे. अधूनमधून मी त्यांना भेटण्यासाठी जात असे. अशा वेळी शास्त्रीजी म्हणत, 'सध्या वाईची हवा छान आहे नाही? इथलं रोचक पाणी आणि प्रसन्न हवा माणसाला टवटवीत ठेवते.' एकदा संक्रांतीच्या सुमारास मी त्यांच्याकडे गेलो. घरी कुणी नव्हतं. बैठकीच्या खोलीतील पलंगावर तक्क्या काखेत धरून आबांची वामकुक्षी चालली होती. ते दुपारी झोपत नसत. पाठीमागच्या भिंतीत एक मोठी खिडकी होती.

तिच्यातून गंगापुरीचा घाट आणि कृष्णेचं पात्र दृष्टीस पडे. खिडकीतून सुखद वारा यायचा. मी तिळगूळ देऊन शास्त्रीजींना नमस्कार केला. यावर प्रेमळ स्वरात आबा म्हणाले, 'अरे, किती दिवसांनी आलात!' असे म्हणून ते पटदिशी उठून स्वयंपाकघरात गेले. खुर्चीवरून टेबलावर चढले आणि फळीवरचे डबे काढून पाहू लागले. इकडे मी बाहेर अस्वस्थ अवस्थेत बसलो होतो. टेबलावरून पडले तर? अशी चिंता वाटत होती. डब्याचे झाकण लावल्याचा आवाज आला आणि शास्त्रीजी बाहेर आले. मला म्हणाले, "हा घ्या तिळगुळाचा लाडू. सुखी राहा!" मी त्यांना वाकून नमस्कार केला आणि तृप्त मनानं बाहेर आलो.

नियमितपणा हे त्यांचं वैशिष्ट्य होतं. सकाळी पहाटे उठून योगासनं करूनच ते फिरावयास बाहेर पडत. सोबत एखादी पिशवी असे. द्रुतगतीनं ते दोन-तीन मैल चालून येत. आबांनी वाईच्या महाविद्यालयात माझी नियुक्ती केली आणि मी सेवानिवृत्त झालो, त्यावेळी निरोपही त्यांनीच दिला. आपल्या भाषणात ते म्हणाले, 'अशा प्रसंगी तुम्हाला मी काय संदेश देऊ? एकच सांगतो, या आणि पुढील आयुष्यात सतत चालत राहा. चालण्यासारखा दुसरा सुंदर व्यायाम नाही.' कॉलेजमागील डोंगरावरून बिनवाटेच्या मार्गावरून खाली-वर चढत (क्रॉस कंट्री). अनेक वेळा त्यांचा पाय मुरगळे. दूरच्या प्रवासाहून आल्यानंतर, व्यायाम झालेला नसेल त्या वेळी बऱ्याच वेळा ते विश्वकोशाच्या तीनमजली इमारतीचे जिने चढत आणि उतरत; त्यामुळे त्यांचं नेहमीचं चालणंही इतरांना पळायला लावणारं असे. फिरून येताना किंवा एरवीही मंडईमध्ये भाजी खरेदी करणे हा त्यांचा आवडीचा छंद होता. शेजारच्या गावातून आलेल्या ताज्या भाजीच्या ढिगांवर ते एक दृष्टिक्षेप टाकीत आणि नंतर हवी ती भाजी खरेदी करत. यावेळी

त्याचे समाधान त्यांच्या मुखावर झळकत असे.

सौ. सतीकाकू कित्येक दिवस फलाहार करीत. त्यांच्यासाठी ते मिळतील तिथून उत्तम फळं खरेदी करीत. एकदा सकाळच्या पुणे-वाई बसनं आम्ही वाईला निघालो. शिरवळला बस थांबली. स्टँडवर ताजी फळं दिसताच शास्त्रीजी खाली उतरले. भरपूर फळं खरेदी केली आणि खिडकीतून माझ्या हाती दिली. असे ते सौ. सतीकाकूंच्या बाबतीत हळवे होते. १९७० मध्ये आम्ही महाबळेश्वरला विभागीय मराठी साहित्य संमेलन भरवलं. त्याचे स्वागताध्यक्ष शास्त्रीजी होते आणि मी कार्यवाह! शास्त्रीजींमुळे आम्हाला संपूर्ण हॉलिडे कॅम्प विनामूल्य मिळाला होता. एकदा पाहणी करण्यासाठी आम्ही महाबळेश्वरला गेलो. सोबत सौ. सतीकाकू होत्या. तेथील कॅन्टीनमध्ये आम्ही चहा घेतला. सौ. सतीकाकू तेथील दरफलक पाहत होत्या. त्यांनी विचारले, 'चिकन म्हणजे हो काय?' यावर शास्त्रीजी मिस्कीलपणे म्हणाले, 'अगं, चिकन म्हणजे बाळ कोंबडी!' हे ऐकताना आम्ही हसू लागलो. शास्त्रीजींचं साहित्यप्रेम या संमेलनात झळाळून निघालं. आपल्या भाषणात त्यांनी अध्यक्ष श्री. बा. भ. बोरकर यांच्या काव्याचा सुरेख परामर्श घेतला. याचवेळी त्यांनी महाबळेश्वरला साहित्य संस्कृती मंडळाची बैठक ठेवल्यामुळे कविवर्य अनिलही उपस्थित होते. शिवाय बऱ्याच काळानंतर संमेलन भरल्यामुळे पोतदार, घाटेही आले होते. स्वतः शास्त्रीजी माजी संमेलनाध्यक्ष होते. कार्यवाह म्हणून त्यांच्यासोबत हिंडताना माझी खूपच धावपळ झाली. शास्त्रीजींची वाचन पद्धती गंभीर विषयांची होती. 'मला खडक फोडायला आवडते,' असे ते म्हणत. त्यांनी माझ्याकडे मराठीतील राजकीय विषयांवरील कादंबरी मागितली होती. त्यावेळी चर्चेत असलेली अरुण साधू यांची 'मुंबई दिनांक' ही कादंबरी मी त्यांना दिली. ती परत करताना शास्त्रीजींनी कोणतंही भाष्य केलं नाही.

आबा त्यांच्या समवयस्क मित्रमंडळींत रमत. मोकळे होत. नवरात्रीतील शारदोत्सवासाठी गोवर्धन पारीख, ना. र. फाटक, तांबे शास्त्री, श्री. शं. आणि नी. शं. नवरे आदी मंडळी जमायची. त्यांच्या दिलखुलास गप्पा चालत. एकदा गोवर्धन पारीख जुन्नरमधील पेन्शनरांच्या गमती त्यांच्या नकलांसह सांगत होते आणि शास्त्रीजीही त्यातील गंमत

अनुभवत होते. त्यांचं मित्रप्रेमही मनापासून असे. नांदेडला साहित्य संमेलनास निघतानाच शास्त्रीजींचे स्नेही र. भ. कर्णिक खूप आजारी असल्याचं समजलं. त्याबरोबर वाईहून आधी मुंबई आणि नंतर नांदेड असा निर्णय त्यांनी घेतला.

संमेलनाचे नियोजित उद्‌घाटक माजी पंतप्रधान नरसिंह राव यांचं येणं रहित झाल्यानं, ती कामगिरी शास्त्रीजींवर सोपवण्यात आली. त्यासाठी ते तासभर आधी मुंबईहून संमेलनस्थळी येऊन पोहोचले आणि उभे राहून दीड तास त्यांनी अस्खलित भाषण केले. त्यांचा हा उत्साह त्यांच्यासोबत आलेल्यांना आणि ज्यांना वस्तुस्थिती कळली त्यांना थक्क करणारा होता. व्याख्यान देण्यात त्यांना आनंद वाटे. त्यांना नवी ऊर्जा मिळे; त्यामुळे कोणतंही व्याख्यानाचं आमंत्रण ते स्वीकारत. साहजिकच त्यांच्याकडून फारसं अधिक झालं नाही. वस्तुस्थिती ज्यांना ठाऊक नव्हती, ते त्यांच्या स्वीय सचिवाला दोष देत. टीका करत; पण आबांच्या वक्तृत्व-प्रेमामुळेच हे घडतं, याची त्यांना कल्पना नसे. अशी अनेक व्याख्यानं प्रतिवर्षी त्यांनी महाविद्यालयात दिली होती. त्यांच्या (आणि आमच्याही) वाईतील वास्तव्याचा असा अनेक प्रकारे वाईकरांना लाभ होत असे.

अनेक निमित्तांनी शास्त्रीजींचा सदैव संचार सुरू असताना घर-गृहस्थी मात्र सौ. सतीकाकूंनाच सांभाळावी लागे. येणं-जाणं तर नेहमीच चालू असे. शास्त्रीजींच्या अनुपस्थितीत अनेक नामवंत व्यक्तींनी सौ. सतीकाकूंच्या हातचा पाहुणचार घेतला आहे. आचार्य अत्रे यांनी आपल्या आत्मकथेत सुगरण या शब्दांत सौ. सतीकाकूंचा उल्लेख केला आहे. विश्वकोशासाठी येणाऱ्या अभ्यागत संपादकांची व्यवस्था पाठशाळेच्या वास्तूत केली होती. त्यांचे चहा-पाणी, दुखणे-खुपणे इ. सौ. सतीकाकूच पाहत. त्यांच्या देहावसानानंतर अनेक अभ्यागत-संपादकांनी आपल्या तीव्र दुःखभावना व्यक्त केल्या. सौ सतीकाकूंमुळे त्यांना आपल्या घरीच असल्यासारखं वाटे. काही लोक अवैध जोडप्यांप्रमाणे येत. त्यांना फटकारण्यासही त्या कमी करत नसत. अत्यंत साधेपणा, मधुर वाणी, अगत्य या गुणांनी त्या सर्वांना प्रिय झाल्या होत्या. शहरी वातावरणातील व्यक्तींना वाईसारख्या ग्रामीण परिसरात राहणं सौ. सतीकाकूंमुळे सुसह्य झालं आणि विश्वकोशाची

एक बाजू काकूंच्यामुळे बळकट झाली.

शास्त्रीजींचा कर्तृत्वरथ सर्वत्र दौडत असताना सौ. सतीकाकूंच्या आकस्मिक देहावसानानं त्याला खीळ बसली. प्रत्येक थोर पुरुषाच्या पाठीशी त्याच्या अर्धांगीचं संचित उभं असतं; त्यामुळे शास्त्रीजी बिनधास्तपणे आपलं अंगीकृत कार्य करीत राहत. सतीकाकूंच्या जाण्यानं आबा काही काळ सैरभैर झाले होते. त्यांचे स्वीय सचिव राम कोल्हटकर यांच्या निधनामुळे त्यांच्यावर मोठाच आघात झाला होता. आता सतीकाकू गेल्या. त्यानंतर श्री. पु. ल. देशपांडे त्यांना भेटावयास आले. त्यांनी आबांचे सांत्वन केले. तेव्हा आबा म्हणाले, 'मी आता निर्बोध झालो आहे!'

सतीकाकूंच्या जाण्यानं आबांना सांभाळणारं, समजून घेणारं त्यांचं असं कोणी उरलं नव्हतं. सतीकाकूंचं वागणं, बोलणं, सलगी देणं कसं होतं याचं त्यांना सतत स्मरण होत असे. देहरूपानं गेलेल्या सतीकाकूंचं अनुभवजन्य स्वरूप त्यांच्यासमोर तरळत असे. अशा भावावस्थेत त्यांनी 'सौ. सत्यवतीची जीवनयात्रा' या नावाची एक पुस्तिका लिहिली. रॉयल आकाराच्या १८ पृष्ठांची ही पुस्तिका अत्यंत वाचनीय आणि शास्त्रीजींचं भावविश्व, अंतःकरणाचं दर्शन घडवणारी आहे. जडवादासारखी कठीण पुस्तकं लिहिणारे शास्त्रीजी सतीकाकूंबद्दल लिहिताना किती हळुवार होतात, हे या पुस्तिकेतून प्रत्ययास येतं. त्या उभयतांचा विवाह, वैवाहिक जीवन, हर्ष-खेदाचे प्रसंग, आयुष्यभर परस्परांना सांभाळणारे प्रसंग या सर्वांचं शब्दरूप दर्शन घडतं. हा शास्त्रीजींचा स्मरणरंजनाचा एक प्रयत्न होता; पण त्या पुस्तिकेच्या अखेरीस त्यांच्या अंतःकरणातील आर्त आक्रंदन वाचताना वाचकही हळवा होतो. साश्रु नयनांनी तो व्यथित होतो. या पुस्तिकेतील काही भाग थोडक्यात येथे देत आहे.

मी आता एकटाच एकांतात असताना रडत आहे, तिच्यातील दिव्यत्वाचा भास होत आहे. ती सदेह होती, तेव्हा ती माझी सहचारिणी म्हणजे शाश्वत दिव्यत्वाची मूर्तीच होती. तिच्या सहजीवनात अनेक प्रसंगी असेच भासत होते. तिचे यौवन आता सरले होते; तरी मला ती युवतीच भासे. दिवसाचे १४ तास उभी राहून सर्व प्रकारची कामे

उरकायची, थोडा वेळ बसायची वा खाटेवर आडवी व्हायची; एवढीच विश्रांती. उतारवयाचा परिणाम तिच्या मनावर झाला नव्हता; मन चिरतरुण राहिले. तिच्या सहवासात ५२ वर्षे निघून गेली.

आता मी एकटाच एकांतात तिच्याशी बोलत आहे. अश्रू आणि हुंदके आवरता येत नाहीत. तुझी ही मौन मुद्रा किती शांत आहे, तू मला देहाने सोडलेस. तत्पूर्वी इहलोकीच्या कितीतरी मोठ्या मंगल भवितव्याची अपेक्षा तुझ्या बोलण्यावरून वारंवार माझ्या प्रत्ययास येत होती. मग तू हा लोक का सोडलास?

मला क्षमा कर. आता मनात येते की, मी वेळीच तुझी अधिक काळजी घ्यावयास पाहिजे होती. गेली ६-७ वर्षे तुला अधूनमधून रक्तदाबाचा त्रास होत होता. त्यावरचे उपायही तुला उपलब्ध होत होते. माझ्या मनात आणखी एक उपाययोजना होती. तेलाचे नित्य मालिश व गरम पाण्याचा टबबाथ सक्तीने रोज द्यावा. तसे केले असते तर इतक्या लवकर तू माझी साथ सोडली नसतीस; परंतु नकळत मी अळंटळं केली. सक्ती करण्याची बुद्धी सुचली नाही. तशी केली असती तर नेहमीच्या हसऱ्या मुखाने मला तुझा पावन सहवास आणखी दिला असतास.

परंतु आता अशा कल्पना करणे व्यर्थ आहे. या वेळी तुझे मूर्त स्वरूप माझ्या मनश्चक्षूंसमोर येत नाही. मात्र, तुझे शुद्ध चैतन्य माझ्या अस्तित्वाला व्यापून राहिलेले दिसते. तू मला विरह-वेदनांतून मुक्त का करीत नाहीस? करू नको. बिलकुल करू नको. त्या वेदना पवित्र आहेत. माझ्या पावित्र्याला तू सदेह असताना खूप जपले आहेस. तशी मला जपणारी तुझी अव्यक्त सत्ता यापुढेही मोक्षमार्गापासून च्युत होऊ देणार नाही. भावी जीवन किती आहे हे कोणास ठाऊक?

मला शेकडो लोक सांगत आहेत व लिहीत आहेत की, धीर सोडू नका; परंतु मी निर्बोध झालो आहे.

ही एका थोर विचारवंताची करुण विलापिका आहे. ती वाचताना मन गलबलून जातं, विव्हळ होतं. सतीकाकू तर अनंताच्या यात्रेला निघून गेल्या होत्या.

आणि तिचे आबाही १९९२ मध्ये जुन्या महाबळेश्वराच्या पावन परिसरात पहाटेच्या प्रहरी चिरनिद्रा घेत होते. दोघांचाही अंत असा चुटपूट लावणारा होता!

◆

म. म. दत्तो वामन पोतदार

पोतदारांचे 'आनंदीधाम'

म. म. पोतदार यांचे वास्तव्य १९७० ते १९७९ या काळात वाईमध्ये होते. पोतदार तसे अनिकेतच म्हणायचे; परंतु त्यांच्या चाहत्यांनी त्यांना वाईमध्ये एक वास्तू बांधून दिली आणि त्या अर्थाने ते 'गृहस्थ' झाले. आपल्या मातुःश्रींच्या स्मरणार्थ त्यांनी या वास्तुचं नाव 'आनंदीधाम' असं ठेवलं. वाईत येण्यापूर्वी पोतदारांचं वास्तव्य पुण्यामध्ये पोतदार बिऱ्हाड, लोककल्याण, दाते वाडा इत्यादी ठिकाणी झालं. त्यांचं वाईस येण्याचं ठरल्यानंतर, तेथील गंगापुरीतील २७२ क्रमांकाची वास्तू त्यांनी दिनांक २९ जानेवारी, १९६८ रोजी दहा हजार रुपयांना खरेदी केली. ते जुनं घर पडीक स्थितीत होतं. त्यांच्या विद्यार्थ्यांनी आणि चाहत्यांनी चाळीस हजार रुपये खर्चून डॉ. वा. रा. ढमढेरे यांच्या देखरेखीखाली त्याचं नूतनीकरण केलं. पोतदारांनी आपली ही वास्तू आणि त्यातील संग्रह यांचं विश्वस्तपत्र करून, ती शिक्षण प्रसारक मंडळींच्या स्वाधीन केली.

पोतदारांनी आयुष्यभर महाराष्ट्रातील अनेक संस्थांचं नेतृत्व केलं. काहींची भक्कम पायाभरणी केली. स्वतःच्या मालकीच्या या वास्तूची ही योजना विश्वस्तपत्राद्वारे त्यांनी करून टाकली. आपलं आयुष्य त्यांनी समाजकार्यासाठी वेचलं आणि वास्तूही त्याच कार्यासाठी वापरली जावी, असा संकल्प केला. हे विश्वस्तपत्र वाचताना पोतदारांचा साक्षेप, तपशिलातील बारकावा, संभाव्य धोक्यांचा अंदाज घेऊन बाळगलेला सावधपणा आणि स्वार्थत्याग, ध्येयवादी समाजसेवकांच्या योगक्षेमाची काळजी या विलोभनीय गुणांचा प्रत्यय येतो. पोतदारांचं मनोगत तर त्यात व्यक्त होतंच; तसंच स्वास्थ्यधामच्या त्यांच्या आदर्श कल्पनेचं मनोज्ञ दर्शनही घडतं.

या विश्वस्तपत्रात स्वतःविषयी ते म्हणतात, "माझा जन्म दिनांक ५ ऑगस्ट, १८९० रोजी मौजे बिरवाडी, तालुका महाड, जिल्हा कुलाबा येथे झाला. मी माझे सारे आयुष्य शिक्षणकार्याला वाहिले. कायमप्रमाणे अविवाहित राहिलो.

मला स्वतःला असा काहीही कौटुंबिक पाश नाही. पुणे येथील आमच्या वडिलोपार्जित घरावरील हक्कही मी माझे कनिष्ठ बंधू कै. दामूअण्णा यांना देऊन टाकले. त्यानंतर त्या घरात त्यांनी आपला स्वतंत्र व्यवसाय केला. दिनांक १४ एप्रिल, १९६८ रोजी रात्री ते दिवंगत झाले. आता मी माझ्या वडिलांचा एकमेव अवशेष शिल्लक आहे. बाकी सर्व बंधू आणि बहिणी पूर्वीच दिवंगत झाल्या. कै. दामूअण्णा किंवा इतर कोणी भाऊबंद अथवा स्नेही यांच्याशी माझा कसलाही आर्थिक किंवा जायदादीचा संबंध नाही. माझ्या अर्थप्राप्तीचे साधन मुख्यतः शिक्षण प्रसारक मंडळी या संघटनेच्या केलेल्या सेवेबद्दल मिळणारे निवृत्तीवेतन, शिवाय भारत सरकारने मला वार्षिक वर्षासन सुरू केले ते उत्पन्न, अल्पसे प्रकाशित ग्रंथांचे स्वामित्वाचे धन, क्वचित आकाशवाणी मुशाहिरा अशा प्रकारची माझी तुटपुंजी प्राप्ती आहे.''

आपण केलेल्या संग्रहाचे स्वरूप सांगताना त्यांनी म्हटले आहे, ''मला अगदी लहानपणापासून जुन्या बाजारातून ग्रंथ, वस्तू, पोथ्या वगैरे विकत घेण्याचा छंद लागला. कै. गुरुवर्य वि. का. राजवाडे यांचा व माझा जुना संबंध. तो १९१० पासून वाढला आणि इतिहास-संशोधनाच्या कामी मी विशेष लक्ष घालू लागलो. गेल्या ६०-६५ वर्षांत मी विविध प्रकारच्या मुद्रित ग्रंथांचा विपुल संग्रह केला आहे. नाणी, पोथ्या, कागदपत्रे वगैरेही माझ्या संग्रहात आहेत. शिवाय माझा अनेक संस्थांशी अनेक वर्षांचा घनिष्ठ संबंध आहे. सरकारी, निमसरकारी आणि इतर विविध संस्था, समारंभ आदींची निमंत्रणे, उत्तरे, टिपणे, कच्ची-पक्की कागदपत्रे, पोथ्या, पंचांगे, चित्रे, फोटो तसेच माझा खासगी पत्रव्यवहार, अहवाल, मासिके, वृत्तपत्रे, जुनी कागदपत्रे इत्यादी अनेक प्रकार माझ्या ग्रंथसंग्रहात आहेत.''

हा ग्रंथसंभार आणि वस्त्रपात्रे, भांडीकुंडी, कायमपणे सुरक्षित ठेवण्यासाठी या वास्तूचा उपयोग व्हावा, अशी अपेक्षा त्यांनी व्यक्त केली आहे. या संग्रहाचा उपयोग व्यासंगी व्यक्तींना ऐतिहासिक, शैक्षणिक व साहित्यिक संशोधन आणि अभ्यास यासाठी व्हावा, असा त्यांचा उद्देश होता. या संग्रहाचे वर्णन त्यांनी 'प्राणापलीकडील प्रिय धन', 'दुर्मिळ', 'अपूर्व' अशा शब्दांत केलं असून, त्यातील काहीही कोणी आपणहोऊन बुद्धिपूर्वक नष्ट करू नये अशी त्यांनी

सर्वांना शपथ घातली आहे. वाईतील 'आनंदीधाम' या वास्तूलाच त्यांनी 'स्वास्थ्यधाम' असं पर्यायी नाव दिलं होतं. या स्वास्थ्यधामाची त्यांची कल्पना किती उदात्त, व्यासंगी होती, याची जाणीव त्यांच्या विवेचनावरून येते. सार्वजनिक संस्थांतून निरपेक्ष बुद्धीनं कार्य करणाऱ्या सेवकांच्या स्वास्थ्याची चिंताच त्यात प्रकट होते. हे 'स्वास्थ्यधाम' उपयुक्त तर व्हावंच; परंतु ते मनाला प्रसन्नता देणारंही असावं, असा त्यांचा दृष्टिकोन होता. त्यांनी म्हटलं आहे, "आमचे पदवीधर अकाली का मरतात, याची जाहीर चर्चा सुमारे ७०-८० वर्षांपूर्वी महाराष्ट्राचे थोर नेते करीत होते. हा विषय, शिक्षण प्रसारक मंडळीसारख्या संस्थेच्या आजीव सेवकांच्या इतिहासाच्या संदर्भात मी माझ्या मनात वागवीत आलो होतो. अद्यापीही, आमच्या शिक्षकांची आर्थिक परिस्थिती कमी-अधिक मानाने आणि तुलनेने हलाखीचीच आहे; त्यामुळे प्रपंचातील आधिव्याधींशी समर्थपणे टक्कर देण्याची शक्ती त्यांच्या ठायी प्रायः आलेली नसते. आजाराने दुर्बलता आली, तर तंदुरुस्तीसाठी चांगल्या हवेच्या ठिकाणी निवांतपणे जाऊन राहावे, हे त्यांना परवडत नाही. ज्या 'जेझुइट, लोकांच्या संस्थांचा आदर्श पुढे ठेवून टिळक प्रभृतींनी जीवन समर्पिले, त्या जेझुइट लोकांनी आपल्या सेवकांसाठी महाबळेश्वर, खंडाळा, कोडाईकॅनॉल अशा सुंदर हवेच्या ठिकाणी तंदुरुस्तीसारख्या प्रसंगांसाठी जाऊन राहण्याच्या सोयी केलेल्या आहेत. आमच्या संस्थांनी मात्र या दिशेने काहीही केलेले नाही. त्या दिशेने स्वशक्त्यानुसार क्षुद्र दिसला तरी शुभारंभ म्हणून मी 'आनंदीधाम'चा हा संकल्प सिद्धीला नेलेला आहे. विद्योपासना किंवा तंदुरुस्ती, अल्पविश्राम, लेखनकार्य, चिंतन आदी करण्याला एखादे अधिष्ठान असावे, म्हणून 'आनंदीधाम' ही बांधलेली वास्तू जरी लहान असली, तरी ती वाढविण्यासाठी पुष्कळ मोकळी जागा संपादून ठेवली आहे." या स्वास्थ्यधामाचा लाभ त्यांचा संबंध आलेल्या संस्थांतील सेवकांबरोबरच कवी, लेखक, टीकाकार, विद्वान किंवा निःस्वार्थी लोकसेवक यांनाही होण्यास हरकत नाही, असे त्यांनी नमूद केले आहे.

या वास्तूची निवड करताना त्यांनी उत्तम आणि मुबलक गोड्या पाण्याची आणि बरीचशी मोकळी जागा खरेदी केली आहे. तिचा हेतू सांगताना ते म्हणतात, "तो म्हणजे तेथे रामफळ, सीताफळ, पेरू,

आंबा, जांभूळ इत्यादी प्रकारची फळझाडं; तसेच कागदी लिंबे, मिरच्या, कोथिंबीर, अळू, मुळे, भोपळे वगैरे भाजीपाला लावणे आणि मोगरा, चाफा इत्यादी फुलझाडे अथवा गवती चहा, तुळस, सेतत्व, कोरफड, आले वगैरे वनस्पती लावणे आणि दुधासाठी गाई-म्हशींचा गोठा बांधून धामात राहणाऱ्या मंडळींच्या सुखस्वास्थ्यासाठी सोयी करून देणे हा आहे.'' या धामात राहणाऱ्यांना जात, गोत, धर्म यांची आडकाठी नाही; पण त्यांचे खाद्यपेयादी व्यवहार शाकाहारीच राहावेत, याविषयी त्यांचा आग्रह होता; परंतु अनेक संभाव्यता लक्षात घेऊन पोतदारांनी रुग्णाइतांना वैद्यकीय सल्ल्याप्रमाणे चालताना शाकाहाराच्या संबंधांतून सवलत दिलेली आहे. आपल्या संग्रहातील वस्तूच्या किंवा ग्रंथांच्या स्वामित्वाविषयी पोतदारांनी अतिशय सावधगिरीनं एक कलम लिहिलेलं आहे. ते म्हणतात, ''माझे अनेकविध कारभार चालू असल्यामुळे, माझ्या संभारात चालू रोजच्या व्यवहारात दुसऱ्याच्या मालकीचा एखादा ग्रंथ अथवा कागद परत करण्यासाठी म्हणून ठेवलेला आढळल्यास, तो चौकशी करून, पावती घेऊन ज्याचा त्यास परत करण्यास हरकत नाही. माझा संभार बहुधा जुनी पुस्तके विकणारे व इतर विक्रेते यांच्याद्वारे खरेदी करून किंवा भेटीमुळे झाला असल्यामुळे, ९९.९९ टक्के संग्रह माझाच आहे. त्यावरील पूर्वीची नावे आता हक्काच्या दृष्टीने निरर्थक समजावी.''

'आनंदीधामा'त येण्यापूर्वी पोतदारांचं वास्तव्य दाते ट्रस्टच्या सौजन्यानं पुण्यात दाते वाड्यात होतं. पोतदारांची याबाबतची कृतज्ञता आणि उपकारकर्त्यांच्या भावना जपण्याचा हळुवारपणा पाहण्यासारखा आहे. ते म्हणतात, ''सांप्रत दाते वाडा या जागेत वीजव्यवस्था चालू आहे. मी विहिरीवर पंप बसविला तो दामूअण्णा पोतदारांचा; पण त्याला नळ जोडून पाणी खेचून नेणे ही व्यवस्था मी आवटे ठेकेदारांकडून माझ्या पैशाने केली आहे. वरील चौथ्या मजल्यावरील पिंपे माझीच आहेत. याबद्दलची व्यवस्था दाते ट्रस्टींच्या विचारे करावी. त्यांना दुखवू नये. पंप मात्र दामूअण्णास परत करणे योग्य होईल. एवढा विस्तार करण्याचे कारण वाईतील 'आनंदीधामा'तही विहिरीवर पंप बसवावा लागेल. माझी सांपत्तिक ऐपत पाहता तो नवा खर्च मला जड जाईल. म्हणून जर हा पंप आणि जोडलेले नळ तिकडे वाईस

जोडले, तर माझे काम सुकर होईल. काही झाले तरी, दाते ट्रस्टही ट्रस्ट आहे. संकटकाळी मला आश्रय मिळाला, हे ध्यानात घेऊन दाते ट्रस्टींना दुखवू नये आणि याचा निर्णय त्यांचा संतोष राखूनच करावा. वीजव्यवस्था दामूअण्णांनीच केली, ती तशीच ठेवावी.''

डॉ. वा. रा. ढमढेरे यांच्या पुढाकाराने 'आनंदीधाम'ची उभारणी झाली असली, तरी मूळ इमारतीमध्ये पोतदारांनी नंतर बरेच बदल करून घेतले. समोर कुंपणाची भिंत, डाव्या बाजूस मोठे लोखंडी फाटक, आतल्या बाजूस तीन आडव्या पडव्या, त्यामधील एकीवर माडी. आतील दरवाजावरील भिंत अर्धी विटांची आणि वर लोखंडी जाळी. रस्त्यावरील दरवाजातून आत शिरताच, काही फुलांची, तुळशीची झाडे. उजव्या हातास मोठी खोली. तिला शिवाजी हॉल असं नाव. त्या खोलीत लोखंडी कपाटांची रांग आणि फर्निचर. हा हॉल मुख्य इमारतीपासून अलग. मुख्य इमारतीसमोरच उजव्या बाजूस एक पत्र्याची शेड आणि उजव्या बाजूस एक छोटीशी खोली. येथे सेवकानं राहावं ही कल्पना; पण ती प्रत्यक्षात कधीच आली नाही. उजव्या बाजूस न्हाणीघर, शौचकूप जोडून असलेली नव्यानं बांधलेली बैठकीची खोली. त्याच्यामागे स्वयंपाकघर आणि वरच्या माडीवर जाण्यासाठी जिना. बैठकीची खोली वृत्तपत्रं, पुस्तके यांच्या ढिगांनी भरलेली. एक खाट, समोर कोच आणि काही आरामखुर्च्या. स्वयंपाकघरात जेवणाचे मेज, खुर्च्या, छोटेसे देवघर, ओटा, नळ इत्यादी. स्वयंपाकघरातून मागील बाजूस जाण्यासाठी दार. परसात उजव्या बाजूस शौचकूप, न्हाणीघर, छोटीशी शेड. मागील बाजूस डाव्या हातास बिऱ्हाडकरूंसाठी तीन खोल्यांची जागा. कोपऱ्यातील खोलीत मूळ वास्तूची मालकीण. समोर खोक्यांची बनवलेली एक खोली. भरपूर पाण्याची चुनेगच्ची विहीर. त्यावर पंप व नळ. जवळच नव्याने बांधलेली पाण्याची टाकी. घराच्या पुढच्या ओसरीत सेवकाचं वास्तव्य. पुस्तकांची काही कपाटे आणि पेट्या. मधल्या दालनात भक्कम लोखंडी तिजोरी, काही कपाटे आणि पायही ठेवता येणार नाही, अशा तऱ्हेनं ठेवलेले, धुळीनं भरलेले पुस्तकांचे गठ्ठे. मागील तिसऱ्या दालनातही अशीच पुस्तकांची व अन्य कागदपत्रांची खोली. उजव्या बाजूस एक खोली. माडीवरील दालनातील शिडाळ्यांवर ठेवलेली न उघडलेली पुस्तकांची

अनेक खोकी. रस्त्यावरील दरवाजा जुन्या पद्धतीचा. त्यावर 'आनंदीधाम' हा फलक. दरवाजाजवळच बॅरलची बनवलेली एक टपाल पेटी. ही त्या वास्तूची दर्शनी अवस्था.

या वास्तूत पोतदारांनी केलेले बदल हे त्यांच्या कल्पक, विशिष्ट तऱ्हेनं राहण्या-जगण्याच्या स्वप्नाळू वृत्तीची कल्पना देणारे आहेत. पोतदारांचं रोजचं टपाल खूप व अनेक प्रकारचं असायचं. अनेक नियतकालिकं, वृत्तपत्रं यायची. डॉ. मराठे त्यांचं टपाल आणून देण्याची व्यवस्था करीत; परंतु पुढे पोतदारांनी एक नामी टपालपेटी बनवून घेतली. मुख्य भिंतीला सुमारे चार-पाच इंच रुंदीची फट काढून त्यावर पत्र्याचे झाकण लावले आणि आतील बाजूस चक्क एक लोखंडी पिंप बसवून टाकले. श्री. स. बा. कुलकर्णी नावाचे त्या वेळचे पुण्याचे कमिशनर, पोतदारांचे चाहते आणि विद्यार्थी होते. त्यांनी ट्रकमधून पोतदारांसाठी नवे पत्रे पाठवून दिले. त्यातून परसात एक खोली उभी करण्यात आली; परंतु ही खोली फार काळ टिकू शकली नाही. तेथेही त्यांच्या कल्पकतेनं उचल खाल्ली. आणलेल्या सामानाची बरीच रिकामी खोकी पडून होती. ती पक्की बसवून, त्यांच्या भिंतीची त्याच ठिकाणी त्यांनी सुताराकडून एक खोली बनवून घेतली. तेथे अनेक ग्रंथ, सुटी-बांधीव नियतकालिकं ठेवली; परंतु नंतर त्या खोलीकडे संपूर्ण दुर्लक्ष झाल्याने, त्यांची विपरीत अवस्था झाली. त्या खोलीच्या काढलेल्या पत्र्यांची समोरच्या अंगणात एक शेड बांधण्यात आली. हेतू हा की, यशवंतराव चव्हाणांसारखी माणसं आली, तर त्यांची गाडी ठेवण्याची व्यवस्था व्हावी! विहिरीवर बसवलेल्या पंपानं सर्वत्र पाणी खेळवण्यासाठी पाइप्स बसवले आणि उंच खांबांवर पाण्याची एक टाकी बांधली. या टाकीच्या पायाखोदाईचा मुहूर्त कंत्राटदारानं एके दिवशी सूर्यास्ताच्या वेळी केला. पोतदारांनी आचमन करून संकल्प सोडला. पळीने भांडे वाजवून थोडंसं खोदलं आणि बांधकामास प्रारंभ झाला. ही टाकी आणि घराच्या पुढील ओसरीवरील माडीचं नवं बांधकाम त्यांनी तीस हजार रुपये खर्चून करून घेतलं. या पुढच्या माडीलाही शौचकूप आणि न्हाणीघर होतं. या बांधकामाविषयी विचारता ते म्हणाले, या माडीवर माझा मुक्काम राहील. येथे माझे लेखन, वाचन चालू राहील. आत्ताच्या बैठकीच्या खोलीत भेटीला

येणाऱ्यांनी बसायचे. तेथे मी त्यांच्याशी बोलेन, चर्चा करेन. बांधकाम पूर्ण झालं; परंतु ही कल्पना मात्र कधीच प्रत्यक्षात आली नाही.

या थोर, अविवाहित आणि अनिकेत इतिहास संशोधक गृहस्थाची अशी ही वास्तू. तिच्या रचनेत त्यांची योजकता, कल्पकता निश्चित होती. सेवाभावी कार्यकर्त्यांच्या सुखस्वास्थ्याची काळजी होती. एक संशोधनोपयोगी ग्रंथालय आणि त्याचा उपयोग करणारे अभ्यासक यांच्या सोयीचा विचार होता. ते एक संशोधन केंद्र बनावे, शिवाजी विद्यापीठाने ते आपल्या कक्षेत घ्यावे, यासाठी त्यांनी पत्रव्यवहारही केला होता. या वास्तूत खूप काही घडावं, होत राहावं अशी त्यांची तीव्र इच्छा होती. या वास्तूची जमीन काळी असल्यामुळे त्यांच्या हयातीतच तिच्या अनेक भिंतींना तडे गेले होते. त्यांच्या मृत्यूनंतर त्यांच्या त्या वास्तूविषयीच्या कल्पनांनाही तडे गेले. त्या वास्तूतील पोतदारांचा ग्रंथ आणि अन्य वस्तूंचा संभार शिक्षण प्रसारक मंडळीने पुण्यास हलवला आणि आज 'आनंदीधाम' जीर्णकळा धारण करीत नव्या धन्याच्या प्रतीक्षेत उभे आहे!

◆

देशभक्त किसन वीर

आबासाहेब वीर

मनुष्याच्या जीवनात धन आणि सज्जन यांची प्राप्ती क्वचितच दैववशात होते. दोन्ही गोष्टी सहजसाध्य नसतात. ज्याला त्या लाभतात, त्या पुरुषास भाग्यवान म्हटलं जातं. धन हे कष्टसाध्य असतं; पण थोर पुरुषांचा लोभ आणि सहवास यांची प्राप्ती होण्यास मात्र भाग्य लागतं. असं भाग्य मला लाभलं, याची मला धन्यता वाटते. सातारा जिल्ह्यातील वाई या पुण्यभूमीत पंचवीस वर्षांतल्या काळात अनेक कर्तृत्ववान पुरुषांचा आणि माझा परिचय झाला; पण दीर्घ सहवास लाभला नाही. मी वाईच्या प्रज्ञा पाठशाळेनं सुरू केलेल्या महाविद्यालयात प्राध्यापक म्हणून जायचं ठरवलं, त्यावेळी माझ्या अनेक सुहृदांनी, मित्रांनी मला सबुरीचा सल्ला दिला होता.

वाई महाविद्यालय आणि विश्वकोश या दोन संस्थांतील बऱ्याच कर्मचाऱ्यांना नोकरीवरून काढून टाकण्यात आलं होतं आणि या दोन्ही संस्थांचे प्रमुख तर्कतीर्थ श्री. लक्ष्मणशास्त्री जोशी हे होते आणि देशभक्त किसन वीर हे १९४२चे क्रांतिकारक म्हणून प्रसिद्ध होते. राजकारणात त्यांचा मोठा दबदबा होता. वाईचे महाविद्यालय सुरू करण्यात त्यांचा पुढाकार होता. माझी निवड झाली आणि मी वाईतील दोन आबांच्या निकट सहवासात आलो. यातील एक आबा म्हणजे किसन वीर! त्यातील आबा हे नाव घरगुती व निकटवर्तीयांसाठी होतं. किसन वीर मात्र आबासाहेब या आदरणीय नावानं सर्वत्र ओळखले जात.

मी वाई महाविद्यालयात हजर झालो, त्यावेळी दे. भ. किसन वीर यांच्या एकसष्टीच्या कार्यक्रमाची तयारी सुरू होती. त्यानिमित्ताने त्यांचं जीवन व कार्य याविषयी एक पुस्तक प्रसिद्ध व्हावं, अशी योजना होती. कॉलेजचे प्राचार्य यांच्याकडे ही जबाबदारी सोपविण्यात आली होती. दे. भ. किसन वीर यांच्या बेचाळीसच्या क्रांतिकार्यातील सहकाऱ्यांच्या मुलाखती घेऊन चळवळीची माहिती घ्यायची होती. त्यासाठी प्राचार्य पाटील यांनी

आपल्यासोबत माझीही योजना केली. त्याप्रमाणे आबासाहेब वीर यांच्या गावी केंजळ येथे मुलाखती घेण्याचं ठरलं. श्री. कासेगावकर वैद्य - 'धन्वंतरी', श्री. घोरपडे गुरुजी, श्री. देशपांडे, श्री. पांडुतात्या बोराटे यांच्याकडून माहिती घेण्यास सुरुवात केली.

१९४२च्या आंदोलनात या क्रांतिकारकांनी केलेली अनेक धाडसाची कामे, गावागावांत असलेला दरारा, गावकऱ्यांकडून मिळालेलं सहकार्य, श्री. यशवंतराव चव्हाण यांचं मार्गदर्शन, सरकारचे खबरे, गरीब जनतेला नाडणाऱ्यांना शासन करण्यासाठी निर्माण झालेले प्रतिसरकार असे अनेक विषय प्रत्यक्ष तो इतिहास घडविणाऱ्यांच्या मुखांतून ऐकावयास मिळाला.

हा थरारक (Thrilling Experience) होता. धन्वंतरी त्यातील घटना आकर्षकपणे सांगत. ही भूमिगत कार्ये करताना सगळ्यांना मूळ नावाऐवजी टोपणनावानं संबोधलं जाऊ लागलं. त्यात किसन वीरांना आबासाहेब, यशवंतरावांना साहेब, श्री. घोरपडे गुरुजी यांना रावसाहेब, कासेगावकर वैद्यांना धन्वंतरी अशी नावे ठरविण्यात आली आणि नंतरच्या काळातही ही मंडळी त्याच उपाधीनं ओळखली जाऊ लागली. सर्वांचं कथन घेण्यासाठी आम्ही सकाळी कवठे गावी श्री. आबासाहेबांच्या घरी जात असू. आबासाहेबांचं नेहमीचं वास्तव्य त्यांच्या कवठे गावातील प्रशस्त घरी असे. एके दिवशी त्यांनी आपल्या या मित्रांसाठी खास पक्वान्नाचा बेत केला होता. त्या साऱ्यांचे अनुभव त्यांच्या शैलीत मी भराभर लिहून घेत होतो आणि आबासाहेब मोठ्या कौतुकानं ते पाहत होते.

एकसष्टीच्या कार्यक्रमात राजकीय पुढाऱ्यांऐवजी अभ्यासू विचारवंतांची व्याख्यानं ठेवण्यात आली होती आणि आबासाहेबांच्या स्वभावाचं हे एक महत्त्वाचं वैशिष्ट्य होतं. आपले कार्यकर्ते वैचारिकदृष्ट्या सक्षम व्हावेत, हा त्यांचा हेतू होता. तालुक्यातील कार्यकर्त्यांच्या शिबिरात मार्गदर्शनासाठी तर्कतीर्थ लक्ष्मणशास्त्री जोशी असत. श्री. एस. एम. जोशी यांच्यासारख्या चारित्र्यसंपन्न नेत्याचं व्याख्यान ते ठेवीत, राम बापटांसारख्या विचारवंतांचाही समावेश यात होता. आबासाहेबांच्या राजकारणात जातीवादाला स्थान नव्हतं. सामान्य जनतेच्या कल्याणासाठी त्यांनी अनेक उपक्रम राबवले.

वाई येथील किसन वीर महाविद्यालय हे त्याचं उत्तम उदाहरण आहे. खेड्यापाड्यांतील विद्यार्थ्यांना पुण्या-मुंबईसारख्या शहरात शिक्षण घेणं अवघड होतं. म्हणून आबासाहेबांनी आपल्या सहकाऱ्यांच्या मदतीनं जनता शिक्षण संस्थेची स्थापना केली. त्यावेळी वाई गाव पुणे विद्यापीठाच्या कक्षेत होतं. संस्था रजिस्टर्ड नसल्यानं अडचण आली. आबासाहेबांनी शास्त्रीजींना त्यांच्या प्राज्ञ पाठशाळेतर्फे मंजुरी घेण्यास सांगितलं. पुढं कॉलेजच्या खर्चासाठी बरंच कर्ज झाल्यानं पाठशाळेनं आपली असमर्थता दर्शविली. जनता शिक्षण संस्थेनं ती जबाबदारी स्वीकारली. अनेक ग्रामपंचायती, महाराष्ट्र शासन इत्यादींकडून देणग्या मिळवल्या; परंतु यानिमित्तानं आबासाहेबांनी आपल्या जमिनी गहाण ठेवून रक्कम (निधी) उभारणारे आपले एकनिष्ठ शेतकरी कार्यकर्ते उभे केले. संस्था कर्जमुक्त होऊन प्रगतीची वाट चालू लागली.

अशा रितीनं महाराष्ट्रातील शेतकऱ्यांनी चालवलेलं पहिलं महाविद्यालय दे. भ. किसन वीर यांच्या नेतृत्वाखाली निर्माण झालं. हे अभूतपूर्व आणि अभिमानास्पद उदाहरण आहे. या सर्वांचं छायाचित्र महाविद्यालयातील ग्रंथालयात लावण्यात आलं आहे.

प्राज्ञ पाठशाळेकडून महाविद्यालय जनता शिक्षण संस्थेकडे आल्यानंतर आबासाहेबांनी प्राध्यापकांची एक मीटिंग घेतली. आपल्या भाषणात त्यांनी स्पष्टपणे सांगितलं, 'राजकारण करण्यासाठी आम्हाला खूप क्षेत्रं आहेत. महाविद्यालयात आम्हाला राजकारण करायचं नाही. तुम्ही विद्यार्थ्यांना उत्तम शिकवावं, उत्तम निकाल लागावेत; एवढीच आमची इच्छा आहे.' शेवटी प्राध्यापकांच्या वतीनं मी बोललो आणि आमच्याकडून सर्व प्रकारच्या सहकार्याचं आश्वासन दिलं. आबासाहेबांनी प्रांजळपणे मांडलेली भूमिका प्रभावित करणारी होती. यानंतर दोन-चार महिन्यांनी ते कॉलेजमध्ये येत आणि प्राध्यापकांची बैठक घेत; पण ही औपचारिक बैठक नसे. त्यावेळी आबासाहेबांना प्राध्यापकांशी गप्पा मारायच्या असत. विविध विषयांवर ते विचार मांडत. अशा बैठकींच्या वेळी प्राध्यापकांसमवेत बसलेल्या मला ते हाक मारून बोलावीत आणि आपल्या जवळच्या सहकाऱ्यांसमवेत बसवीत. प्राध्यापकांना सन्मानाने वागविण्याची ही त्यांची पद्धत प्रभावशाली होती.